வ.உ.சிதம்பரனார்

தன்வரலாறு

உரைநடை வடிவம்

ந.மு. தமிழ்மணி

பாரதி
புத்தகாலயம்

V. O. Chidhambaram thanvaralaru
In Prose: **N.M. Thamizhmani**
First Edition: **September, 2022**
Published by BHARATHI PUTHAKALAYAM
7, Elango Salai, Teynampet, Chennai - 600 018
Email: bharathiputhakalayam@gmail.com | www.thamizhbooks.com

வ.உ.சிதம்பரனார் தன்வரலாறு

உரைநடை வடிவம்: ந.மு.தமிழ்மணி
முதல் பதிப்பு: செப்டம்பர், 2022
வெளியீடு:

பாரதி புத்தகாலயம்

7, இளங்கோ சாலை, தேனாம்பேட்டை, சென்னை - 600 018,
தொலைபேசி : 044-24332424, 24330024 | விற்பனை: 24332924

விற்பனை நிலையங்கள்
அருப்புக்கோட்டை: கதவுஎண் 49 A/4 மெயின் ரோடு, தெற்கு தெரு - 9994173551
ஈரோடு: 39: 39 ஸ்டேட் பாங்க் சாலை - 9245448353
கரூர்: நாரத கானசபா அருகில் (TNGEA OFFICE)- 9442706676
காரைக்குடி : 12, 2 வது தெரு, கம்பன் மணிமண்டபம் பின்புறம் - 9443406150
கும்பகோணம்: 352, ரயில் நிலையம் எதிரில் - 9443995061
குன்னூர்: N.K.N வணிக வளாகம் பெட்போர்ட்
கோவை: 77, மசக்காளிபாளையம் ரோடு, பீளமேடு - 8903707294
சிதம்பரம்: 22A / 18B தேரடி கடைத் தெரு, கீழவீதி அருகில் - 9994399347
செங்கல்பட்டு: 1 D ஜி.எஸ்.டி சாலை - 044 27426964
சேலம்: 15, வித்யாலயா சாலை சாலை
சேலம்: பாலம் 35, அத்வைத ஆஸ்ரமம் சாலை 0427 2335952
தஞ்சாவூர்: காந்திஜி வணிக வளாகம் காந்திஜி சாலை - 9655542400
திண்டுக்கல்: பேருந்து நிலையம் - 9942331105, 9976053719
திருச்சி: வெண்மணி இல்லம், கரூர் புறவழிச்சாலை - 9994289492
திருநெல்வேலி: 25கி, ராஜேந்திரநகர் - 9442149981
திருப்பூர்: 447, அவினாசி சாலை - 9486105018
திருவண்ணாமலை: முத்தம்மாள் நகர்
திருவல்லிக்கேணி: 48, தேரடி தெரு - 9444428358
திருவாரூர்: 35, நேதாஜி சாலை - 9442540543
நாகர்கோவில்: 699 கே.பி.ரோடு R.V.புரம் - 9443450111
நெய்வேலி: பேருந்து நிலையம் அருகில், - 9443659147
பழனி: பேருந்து நிலையம் அருகில் - 7010760693
பாண்டிச்சேரி : கிழக்கு கடற்கரைச்சாலை, இலாசுப்பேட்டை, 9486102777
பெரம்பூர்: 52, கூக்ஸ் ரோடு - 9444373716
மதுரை: 37A, பெரியார் பேருந்து நிலையம் - 045 22324674
மதுரை: சர்வோதயா மெயின்ரோடு
வடபழனி: பேருந்து நிலையம் எதிரில் அடையார் ஆனந்தபவன் மாடியில் - 9444476967
விருதுநகர்: 131, கச்சேரி சாலை - 0456 2245300
வேலூர்: பேஸ் III, சத்துவாச்சாரி - 9442553893

நினைத்த நூல்கள்... நினைத்த நேரத்தில்...
BharathiTV | www.bookday.in
thamizhbooks.com
8778073949

அச்சு: பிரிண்டெக், சென்னை - 5

முதல் பகுதி

முதல் பகுதி

இரண்டாம் பகுதி

தோற்றுவாய்

இந்தப் பூவுகில் சிறப்பாக வாழ்ந்திருந்து, இப்போது தேவர் உலகத்திற்குப் போய், சிறப்பான இந்த உலகத்தின் நினைவோடு இருக்கும் நெல்லையப்பா![1] நீ கனிவோடு கேட்ட என் கதைக்குறிப்பு இஃதே!

1. பரலி சு. நெல்லையப்பப் பிள்ளை, (1889 - 1971) 'லோகாபகாரி' என்ற இதழின் மேனாள் உரிமையாளர்.

1
நாட்டுச் சிறப்பு

ஏழு பெருந்தீவுகளை ஏழு கடல்கள் சூழ்ந்துள்ளன. அத்தீவுகளுள் மக்கள் வாழும் பெரிய தீவு என்று பெரியோர் நாவலந் தீவைக்[2] கூறுவர். இப்பெரிய கண்டத்தில் பரத கண்டம்[3] என்றொரு பரந்த நாடு இருக்கிறது. திருமகள் ஆனவள் மனமகிழ்ந்து, தன் மருமகளோடு[4] இங்குச் சேர்ந்து வாழ்கிறாள். இந்நாட்டின் சிறந்த மலைகள் நன்கு அமைந்துள்ளன. மழைநீர் வளமும், ஊற்று நீர் வளமும் கிடைக்கின்றன. நகர்கள் திட்டமிட்டு அமைக்கப் பட்டுள்ளன. அழகிய காடுகள் உள்ளன. சிறப்புக்குரிய பொருட்களும், பெருமைக்குரிய பலவும் உள்ளன. நல்ல விளைச்சலைத் தரக்கூடிய வயல்கள் உள்ளன. குற்றமற்ற வழிகளில் பொருள் திரட்டிய செல்வர்களும், அறிவிற் சிறந்தோர் பலரும், பற்றுகளைத் துறந்தோர் பலரும் இங்கு வாழ்கின்றனர். வறுமை போன்ற சுமைகள் வரும்போது, அவற்றைத் தாங்கிக் கொள்வதோடு அரசுக்குரிய வரியை எளிதில் கட்டும் மக்கள் இங்கு வாழ்கின்றனர். பாதுகாப்பு, நன்மை, கல்வி ஆகியனவும் இங்கு நிறைந்துள்ளன.

> நமது நாடு தற்காலம் இருக்கிற ஒற்றுமையற்ற நிலைமையில் மத வேற்றுமைகளையோ, சாதி வேற்றுமைகளையோ காண்பவர்களும் பேசுபவர்களும் நாட்டிற்குத் தீங்கிழைப்பவர்களே என்று யான் கருதுகின்றேன்.
>
> - வ.உ.சி

2. ஆசியாக் கண்டம்.
3. இந்திய நாடு.
4. கலைமகள்

2
நகர்ச்சிறப்பு

இத்தேசத்தில், நமக்குத் தேவையான பொருட்களை எல்லாம் விரும்பியபடியே அளிப்பது பாண்டிய நாடாகும். இந்நாட்டில், அளகன்[5] என்ற பெருஞ்செல்வன் விருப்பத்துடன் அரசாட்சி புரிந்த ஓர் ஊர் அளகையம்பதி என்ற பழம் பெயரை ஏடுகளில் கொண்டுள்ளது. இந்நாளில் அவ்வூர் ஒட்டப்பிடாரம் என்று சொல்லப்படுகிறது. பாஞ்சால நகரில் பண்புடன் அமர்ந்து அரசாண்டு, ஆங்கிலேயரிடம் தன் சிறந்த வலிமையை நிலைநாட்டிப் போரிட்டவன் பாஞ்சால மன்னனான கட்டபொம்மு நாயக்கன் ஆவான். அவனுடைய நகரின் மதிலுக்குப் பக்கத்தில்தான் ஒட்டப்பிடாரம் உள்ளது.

இந்நகரில் வடக்குத் திக்கில் உலகநாயகி அம்மையும், கிழக்குத் திக்கில் சிறுசிறு தேவர்களும், தெற்குத் திக்கில் நற்குணம் அருளும் கணேசனும், மேற்குத்திக்கில் திருமாலுடன் சிவபிரானும் வலிமையோடு இருந்து இந்நகரைக் காத்து வருகிறார்கள். அத்தோடு, மக்கள் தமக்குத் தேவையென்று கருதுகிற பொருட்களையும் நன்கு அளித்து வருகின்றனர். நற்பண்புகளைக் கடைப்பிடித்து, பகையினை ஒழித்து, நட்பினை உருவாக்கும் நல்லவர்கள் இந்நகரில் நிறைந்துள்ளனர். திறமையை வளர்த்துக்கொண்டு, மிகுந்த செல்வத்தைச் சம்பாதித்து, அறம்புரிகின்ற நல்லோர் வாழ்கின்றனர்.

5 அளகன் - பெருநிதிக் கிழவன், குபேரன்.

3
குடும்ப வரலாறு

இந்த அழகிய நகரான ஒட்டப்பிடாரத்தில் தன் விடாமுயற்சியால் ஈட்டிய பொருட்களைத் தேவையானவர்களுக்கு அளித்து உதவி புரியும் வேளாண் குலத்தில் பிறந்து, செல்வமும் கல்வியும் திரட்டித் தந்தவரும் கற்பகத் தரு தோற்றுப் போகும் வகையில் தாம் திரட்டியவற்றைப் பிறர்க்கு அளித்தவருமான கல்வியிற் சிறந்த சிதம்பரக் கவிஞன் என்பவர் வாழ்ந்தார். அவருடைய பிள்ளைகளில் மூத்தவர் வள்ளியப்பன். அவருடைய முதல் மனைவி இறந்து போகவே, மீனாட்சி அம்மை என்பாரை விருப்பத்துடன் மணந்து கொண்டார். குலத்தினை வளர்க்கவும் இவ்வுலகில் வாழ்ந்து நன்மை செய்யவுமாக ஐவரைப் பெற்றெடுத்தார்.

அவர்களில் மூத்தவர் சிதம்பரம். நம் முன்னோர் அளித்துள்ள நூல்களை அளவிலாதபடி கற்றுத் தேர்ந்தார். கற்றபடி நடந்தார். தகுதி, வாய்மை, பொறுமை ஆகிய குணங்களைக் கொண்டிருந்தார். பிறர் துன்பம் களையப் பேசும் வழக்குரைஞராகி, ஞாயம் காத்துப் பெரும்புகழ் பெற்றார். இறைவன் அடிசேர்ந்து நலம்பெற எண்ணித் தன்னுடைய இருபத்தெட்டாம் அகவை (வயது)யில் இறந்து போனார்.

அவருக்கு அடுத்தவர் என்னைப் பெற்ற மன்னவராம் என் தந்தை, தன் அண்ணனைப் போன்றே நல்வழியில் ஞாயம் தேடும் வழக்குரைஞராகி, நற்பொருளை ஈட்டினார். யாரும் கொடு என்று கேட்குமுன் கொடுத்தார். இப்படிச் சீரும் வலிமையும் பெற்று என் அன்னை பரமாயி அவர்களின் துணையோடு, உலகநாயகியாம் இறைவிக்கு ஊழியம் செய்து வந்தார். அவர் உலகநாதன் என்னும் நற்பெயர் கொண்டவர்.

மூன்றாம் மகனான மிகச்சிறந்தவரான குமாரசாமி என்பவர் நன்மைகள் பலசெய்து, குறுகிய நாட்களிலேயே இறந்து போனார்.

மற்ற இருவரும் மகள்கள். அவர்கள் கற்றுத் தேர்ந்த கணவர்களுக்கு மணம் செய்து வைக்கப்பட்டனர். குடும்பப் பெயர்

விளங்குமாறும், செல்வத்தைப் பெருக்கியும் வாழ்ந்தனர். அவர்களில் இளையவர் இரண்டு மகன்களைப் பெற்றெடுத்தார். அவர்களில் மூத்தவன் பெயர் முத்துசுவாமி[6]. இளையவன் சுப்பிரமணி. இருவரும் நன்மக்களைப் பெற்று வாழ்ந்து வந்தனர், இவர்களில் மூத்தவன் இறந்து போனான். மற்றவன் வாழ்ந்து வருகிறான்.

என் பெற்றோர்க்கு என்னோடு சேர்த்து நாங்கள் எழுவர் பிறந்தோம். இவர்களில் வள்ளியம்மை என் தமக்கையாவார். தங்கை ஒருத்தி இறந்து போனாள். எனக்கு இளைய தம்பி, என்னோடு சில நாட்கள் பள்ளிக்கு வந்தான். அவனோடு பழகிய என்னுள்ளம் வருந்துமாறு, அவன் சிறு அகவையிலேயே இறந்து போனான். அவனைவிட இளையவன் மீனாட்சி சுந்தரம்[7]. இவன் அருமையாக வளர்க்கப்பட்டவன். எந்த நிலையிலும் எவருக்கும் குறைந்தவன் அல்லன். ஈடு இணையற்ற நற்குணம் உள்ளவன். அவன் தன் மக்களோடு, தகுதியான நிலையில் வாழ்கிறான். நற்கல்வியும் பெருமையும் உடைய என் தங்கையான மாலையம்மை என்னும் அருமைமிக்கவள், தூயவனான சோமசுந்தரம் என்பவனின் மனைவியாகி. தன் பிறந்த வீட்டுப் பெயர் விளங்க நன்கு வாழ்கிறாள். கடைசியாகப் பிறந்தவன் கல்யாணசுந்தரம். இவன் தமிழையும் ஆங்கிலத்தையும் நன்கு கற்றுவந்த நாட்களில் என் தந்தை நாளும் நினைந்து வருந்தும்படியாக இறந்து போனான்.

இதுவரை என் குடும்ப வரலாற்றைச் சுருக்கமாகக் கூறினேன். இனித் துன்பமுடைய என் வரலாறு பற்றிக் கூறுவேன்.

---

6 முத்துசுவாமிப்பிள்ளை - வ.உ.சி. அவர்களின் அத்தை மகன். வ.உ.சி. அவர்களின் முதல் மனைவி பற்றிய வள்ளியம்மை சரிதம் என்ற நூலை இயற்றியவர். முடிமன் என்ற ஊரில் வாழ்ந்தார்.

7 மீனாட்சிசுந்தரம் பிள்ளை. பெரியவரின் தம்பியாகிய இவர், தன் அண்ணன் மீது அரச நிந்தனை வழக்குத் தொடுக்கப்பட்டு இரட்டை வாழ்நாள் தண்டனையாக 40 ஆண்டு சிறை கொடுக்கப்பட்டதைக் கேட்டு, மனச் சிதைவு ஏற்பட்டு, பித்தரானார். 1943 ஆம் ஆண்டில் காலமானார்.

4
பிறப்பும் கல்வியும்

மிகப் பெரியதான இவ்வுலகத்தில் வழக்கத்தில் இருக்கும் கொல்லம்[8] ஆண்டில் ஆவணி[9] மாதத்தில் அத்த நாளில் ஒட்டப்பிடாரத்தில்[10] உள்ள வளமிக்க என் வீட்டில் பெருமையுறப் பிறந்தேன். சில நாட்களுக்குமுன் திருக்குற்றாலம் போய்த் தங்கியிருந்த என் தந்தை திரும்பி வந்தார். நான் பிறப்பதற்கு முன்பே என் பெரியப்பா இறந்து போனார். அதனால் என் பாட்டனும் பாட்டியும் துயரக் கடலில் மூழ்கியிருந்தனர். அத்துயரத்தைப் போக்க எண்ணிய பெரியோர் சிலர், உம் மகன்தான் மீண்டும் புகழ்பெற்று வாழ்வதற்காக, உம் பேரனாக இவ்வுலகில் பிறந்துள்ளான். எனவே, அவனுக்கும் சிதம்பரம் என்றே பெயரிடுங்கள் என்று கூறினார்கள். அதன்படி என் பெயர் சிதம்பரம் என்று வழங்கப்பட்டது. என் பெரியப்பா என்று கருதியே என்னைச் சிறப்புடன் வளர்த்தனர். நான் பிறந்தபிறகு பல்வேறு நற்செயல்கள் நடந்தன. அதைக் கூறி மகிழ்வது தற்புகழ்ச்சிக்குக் காரணமாகிவிடும் என்பதால், இங்குக் கூற முடியாது.

என் ஆறாம் அகவையில் அறிவை வளர்த்திடும்வழியாகத் தந்தை பள்ளியில் சேர்த்தார் எல்லாராலும் விரும்பப்படும் தமிழ் மொழியை பழைய நல்ல முறைப்படி எனக்குச் சொல்லித் தந்தார் ஓர் ஆசான். முன்பு பாண்டியன் ஒருவன் பண்புடன் ஆட்சி புரிந்த பாண்டியபுரம்[11] என்ற சிற்றூரில் பரம்பரையாக வாழ்ந்து, பிறர்க்கு நன்மை செய்துவரும் வேளாளர் குலத்தில் பிறந்த பெரியோராகிய அறிஞர் அவர். எப்போதும் உண்மையே பேசும் தன்மை

---

8 கொல்லம் ஆண்டு - கேரள ஆண்டு, மலையாள ஆண்டு என்றும் வழங்கப்படும். கொல்லம் நகரம் உருவான நாளிலிருந்து கணக்கிடப்படுவதால், கொல்லம் ஆண்டு என்று காரணப் பெயர் பெற்றது. இதன் தொடக்கம் கி.பி. 824. உதய மார்த்தாண்ட வர்மா என்ற அரசர் இம்முறையை நடைமுறைக்குக் கொண்டு வந்தார்.

9 வ.உ.சி. பிறந்த நாள் - 05.09.1872.

10 அளகையம்பதி - ஒட்டப்பிடாரம்.

11 பாண்டியபுரம் - குறுக்குச் சாலை என்னும் ஊருக்கு அருகிலுள்ள சிற்றூர்.

கொண்டவர். அவரின் எண்ணங்கள் யாவும் தூய்மையாக இருப்பன. ஒழுக்கம் என்ற உயர்வையே தன் ஆடையாக அணிபவர். அவரிடம் இல்லாதது எதுவெனின், இழிந்த தன்மை என்று கூறுலாம்.

அமைதி, பொறுமை, தகுதி போன்ற தன்மைகளை அடக்கியாளும் மாமன்னர் என்றே கூறலாம். விருந்தினரை விரும்பி வரவேற்று, வேண்டியன செய்பவர். பேச்சும், செயல்பாடும் திருத்தமாக அமையப் பெற்றவர். செந்தமிழ் நூல்களை எல்லாம் திறம்படக் கற்று அக்கல்வியைப் பிறர் அமிழ்தென ஏற்கும்படிச் சொல்லித்தரும் வல்லமை பெற்றவர். வானில் கருடனின் உலாவலைப் பார்த்த பின்னரே நாளும் உணவுண்ணும் பழக்கமுடையவர். அவ்வாறு பார்க்க இயலாவிட்டால், பத்து நாட்கள் ஆனாலும் கூட, நீர் கூடப் பருகாமல் பட்டினி கிடப்பவர். திருநீறு பூசிய மேனியுடன் உருத்திராட்ச மணிமாலை அணிந்திருப்பார். மென்மையான அழகிய உடலைக் கொண்டவர். அவருக்கு அகவை நாற்பது. ஆகிறது. அவர் பெயர் வீரப்பெருமாள் அண்ணாவி என்பதாகும். அத்தகைய ஆசிரியரிடம் நீண்ட நாட்களுக்குப் பாடம் கேட்கும் பேறு எனக்குக் கிடைக்கவில்லை.

அறிவரிச் சுவடி[12], ஆத்திசூடி[13] போன்ற நூல்களைச் சரியாகப் பாடங்கேட்டு, உள்ளத்தில் இருத்தினேன். கணக்கு[14], ஓவியம் போன்றவற்றைக் கண்ணும் கருத்துமாகப் பழகிக் கொண்டேன். உலக நீதி [15] என்னும் ஒழுக்க இயல்புகளைக் கூறும் நூலைப் பலமுறை பண்புடன் கேட்டுப் பயின்றேன். கொன்றை வேந்தன்[16],

12 அறிவரிச் சுவடி - அரிவரி ஏடு, அகரச் சுவடி என்றும் வழங்கும். பிள்ளைகளின் தொடக்க நூல்.

13 ஆத்திசூடி - ஔவையார் பாடிய 109 ஓரடிப் பாடல்களைக் கொண்ட அறநூல்.

14 எண்ணின் சுவடி - கணக்கு நூல்.

15 உலக நீதி - உலகநாதர் என்னும் புலவரால் பாடப்பட்ட 13 ஆசிரிய விருத்தப் பாக்களைக் கொண்ட ஓர் அறநூல்.

16 கொன்றை வேந்தன் - ஔவையார் பாடிய 91 ஓரடிப் பாடல்களைக் கொண்ட அறநூல்.

குழியின் பெருக்கம்[17], வெண்றி வேட்கை[18], வெண்பாக்களால் ஆன மூதுரை[19] ஆகிய நூல்களைக் கற்றேன். அந்நூல்களை இயற்றிய பெரியோர் எந்தப் பொருள்பட எழுதினரோ, அவ்வாறான பொருளிலேயே, பாடம் நடத்தப்பட்டது. அதைப் பண்புடன் கேட்டு வந்தேன்.

அந்த நாட்களில் இரவு நேரங்களில் ஆங்கிலம் கற்றேன். வட்டாட்சியர் அலுவலகத்தில் பணிபுரிந்த கிருட்டினன்[20] என்னும் பெயருடைய கறுநிற அந்தணப் பெரியார் எனக்குச் சிறப்புடன் ஆங்கிலம் கற்பித்தார். அதைக் கற்பது கடினமாக இருந்தாலும் கேட்டதை மனதில் பொருத்தி, மறந்துவிடாமல் இருப்பதற்காக ஒவ்வொரு நாளும் படித்து, அதைச் சிந்தித்தும் வந்தேன்.

> மொழிப்பற்றுவழி நாட்டுப்பற்று உண்டாகும். அதனால் தலைவர்கள் தமிழில் பேச வேண்டும்.
>
> \- வ.உ.சி

17 குழியின் பெருக்கம் - குழிப்பெருக்கம் என்ற கணித நூல்.

18 வென்றி வேட்கை - வெற்றி வேட்கை. இது நறுந்தொகை என்றும் வழங்கும். அதிவீரராம பாண்டியன் பாடிய ஓரடி முதல் 5 அடிகள் வரையிலான 82 பாடல்களைக் கொண்ட அறநூல்.

19 மூதுரை - ஔவையார் பாடிய 30 வெண்பாக்களால் ஆன அறநூல்.

20 கிருட்டினன் - வட்டாட்சி அலுவலக ஊழியர்.

5
ஒருவருக்காக ஊருக்கெல்லாம் கல்வி

ஆங்கில ஆசிரியரான அவ் அந்தணர். இரண்டு ஆண்டுகளில் பணிமாறுதலால் வெளியூர் சென்றுவிட்டார். என்னோடு, என் ஊர் மக்களுக்கும் ஆங்கிலத்தை முறையாகக் கற்றுக்கொடுக்க வேண்டும் என்று என் தந்தை விரும்பினார். அந்தக் கருத்துள்ள சிலரைத் தன்னுடன் இணைத்துக் கொண்டார். சிவபிரான் சந்நிதித் தெருவில் வீணாகக் கிடந்த அவருடைய அழகிய நிலத்தில் கட்டிடம் ஒன்றைக் கட்டிப் பள்ளியை உருவாக்கினார். அங்குப் பணிசெய்ய எட்டயபுரத்தில் இருந்த அறம்வளர்த்த நாதப் பிள்ளை என்ற நல்லாசிரியரை ஒழுங்கு செய்து ஒட்டப்பிடாரத்திற்கு விரைந்து அழைத்து வந்தார். அவ் ஆசிரியர் வல்லவர்களும், வல்லுநர்களும் மதிக்கும்படியாகத் தமிழுடன் ஆங்கிலமும் கற்று அறிவை வளர்த்துக் கொண்டவர். எவருக்கும் புரியும்படி மகிழ்ச்சியோடு சொல்லித் தருபவர். அதனால், பல பெருமைகளை அடைந்தவர். அனைத்துச் சிறுவர்களும் அப்பள்ளிக்குச் சென்று குற்றமில்லாத கல்வியைக் குற்றமறக் கற்றோம். இரண்டு ஆண்டுகளில் நான்கு வகுப்புகளை எளிதில் கடந்தேன் இறைவன் அருளால்.

என்னுடைய தந்தை மேலும் புதிய வகுப்புகளை உருவாக்க எண்ணினார். தட்டப்பாறை என்ற ஊருக்கு அருகிலுள்ள புதியம்புத்தூர் என்ற சிற்றூரில் ஆடம்சன் என்ற ஆங்கிலப் பாதிரியார் இருந்தார். அவர் நாடு மதித்திடும் பண்பு மிக்கவராக இருந்தார். கிறித்தவ மதத்தை இனிமையோடும், உறுதியோடும் மக்களிடம் பரப்பினார். அவரை முறைப்படிக் கண்டு பேசிய என் தந்தை மறுநாள் என் ஊருக்கு வரும்படிச் செய்தார். வந்தவரிடம், கிறித்துவ மத நூலைப்[21] பரப்பிக் கொண்டு இராமல், மற்றப் பாடங்களை மட்டும் சொல்லித் தரவேண்டும் என்று பேசி, பள்ளியின் மேற்பார்வைப் பொறுப்பை அவரிடம் கொடுத்தார். அப்பொறுப்பை ஏற்றுக்கொண்ட ஆடம்சன் அவர்கள்

---

21 மதநூல் - பைபிள்.

அருகில் இருந்த சுவாமிநாதன் என்ற தூய மனங்கொண்ட ஆசிரியரை விருப்பத்துடன் தலைமை ஆசிரியராக அமர்த்திச் சென்றார். அப்போது அதிகம் படித்தவரான சண்முகம் பிள்ளை அவர்களை வரவழைத்து ஆசிரியப் பணியில் அமர்த்தினார். நான் ஐந்து, ஆறு வகுப்புகளில் பண்பட்ட பாடங்களைப் பயின்று, தேர்வில் வெற்றி பெற்றேன். இத்துடன் என் உள்ளூர்ப் படிப்பு முடிந்துவிட்டது. அப்போது எனக்கு அகவை (வயது) பதினான்கு.

அரிய மந்திரத்தை அம்மைக்கு அருளிய சிவபெருமானின் கோவில் உள்ள திருமந்திர நகர்[22] என்னும் ஊருக்குச் சென்றேன். அங்கு உரோமன் கத்தோலிக்க செயின்ட் பிரான்சிசு சேவியர் உயர்நிலைப்பள்ளியில் நடுநிலை வகுப்பில் என் தந்தை என்னைச் சேர்த்தார் மதுரநாயகம் பிள்ளை என்னும் பெயர் கொண்ட சிறப்புடைய புலவர் எனக்கு ஆற்றலுடன் பாடம் நடத்தினார். ஆனால், என்னுடைய குறைபாட்டால் தேர்வில் தோல்வியுற்றேன்.

பின்னர், அந்நகரில் இருந்த பிராட்டசுடண்டு பாடசாலையில்[23] சேர்ந்து ஓராண்டு படித்தேன். தேர்வில் நல்ல மதிப்பிடம் பெற்றுத் தேறினேன். உயர்கல்வியாக[24] பல்கலைக் கழக நுழைவுத் தேர்வுக்கான வகுப்பில் சேரக் கத்தோலிக்க பள்ளிக்குத் திரும்ப வந்தேன். அப்போது அப்பள்ளியை நடத்திவரும் மடத்தின் தலைவராக அருட்தந்தை கௌசானல் அவர்கள் இருந்தார். அவருடய அன்பைப் பெற்ற அண்ணாதுரை ஐயர் என்னும் அழகிய பெயருடைய அந்தணர் மேன்மையான தொழிலான ஆசிரியப் பணியில் இருந்தார். அவர் படிக்க முடியாதவரையும் படிக்க வைத்திடும் திறனும் அருட்தன்மையும் பெற்றவர். பகைவரும் அவரிடம் நெருக்கமாகி விடுவர். இத்தகைய அறிவுத் தெளிவும் புகழும் நிறைந்த அப்பெரியாரிடம் தந்தை என்னைச் சேர்த்து வைத்தார். அவரும் என்னை அன்புடன் ஏற்றுக் கொண்டார். என்னைத் தன் மகன் எனக்கருதித் தன்முன் அமரச் செய்து, உரிமையுடன் படி என்று கூறினார். நானும் அவரைத் தந்தையாகவும் அவரின் மனைவியைத் தாயாகவும் உறுதியுடன்

22 திருமந்திர நகர் - தூத்துக்குடி.

23 கால்டுவெல் உயர்நிலைப்பள்ளி.

24 மெட்ரிக்குலேசன்

மனதிற் கொண்டேன். பகலும் இரவும், பள்ளியிலும் வீட்டிலும் கதிரோன் என ஒளிபொருந்திய ஆசிரியர் பண்புடன் அளித்த கல்வியைப் பெற்று மகிழ்ந்தேன்.

பிறகு, செல்வம் நிறைந்த திருநெல்வேலிக்கு அருகில் இருந்த இந்துக் கல்லூரியைச் சேர்ந்தது இந்துப் பெரிய கலாசாலை என்னும் உயர்நிலைப் பள்ளியில் சேர்ந்து சிலநாட்கள் கற்றேன். மீண்டும் திருமந்திர நகர் என்னும் தூத்துக்குடிக்குச் சென்று, அண்ணாதுரை ஐயர் அவர்களிடம் போய், வணங்கி, அவருடைய பள்ளியில் சேர்ந்து படித்தேன். திருமால் அடியை வணங்கும் அந்தணரும் அறிவு தரும் உயர்கல்வியைக் குற்றமறக் கற்றவரும் ஆகிய கஸ்தூரி என்னும் ஆசிரியர் இருந்தார். அவர் எப்போதும் நான்கு முழ வேட்டியை உடுத்துவார். வேகமாக நடப்பார். வலிமையான அவையில் தன் திறமையைக் காட்டச் சோர்வடைய மாட்டார். நல்ல அவையில் நல்ல செய்திகளைப் பேசுவார். அவரிடம் நன்கு பாடம் கேட்டும், அண்ணாதுரை ஐயர் திறமையுடன் கற்பித்த பாடங்களைக் கேட்டும் ஆங்கிலத்தைக் கற்றுக் கொண்டேன். நாட்டுக்கு என்றும் நன்மையைத் தரக்கூடிய தமிழ் மொழியைத் தவறில்லாமல் படித்து, அதனால் பெருமையுற்றவரான சவரிராயப் பிள்ளை[25] அவர்களிடம் தமிழ் பயின்றேன். ஆனால், தேர்வில் தோல்வியுற்றேன். ஆசிரியர் கஸ்தூரி வேற்றூருக்குப் பணி மாற்றலாகிச் சென்றார். அப்பொறுப்புக்கு வந்த வெங்குசாமி என்னும் அன்பு நிறைந்த அந்தணரிடமும், மற்றவரிடமும் பாடம் கேட்டேன். தோல்வி என்ற குறையினை நீக்கித் தேர்வில் வெற்றி பெற்றேன்.

> காலத்துக்கேற்ற கருத்து வளர்ச்சியினை ஏற்படுத்தும் சொற்களை உருவாக்க வேண்டியது நம் தேவை. "தமிழ்ப் பதங்கள் கிடையா" என்று வேற்றுச் சொற்களைக் கலவாமல் தமிழிலேயே ஆக்கிக்கொள்ள வேண்டும். நாம் இவ்வாறு செய்தால்தான் நம் தமிழ்மொழிக்கும், நம் தமிழ் மக்களுக்கும் ஒரு பெரிய நன்மை செய்தவர்களாவோம்.
>
> *- வ.உ.சி. ஞானபானு இதழ் 29.10.1915*

25 திருச்சி செயின்ட் சோசப் கல்லூரித் தலைமைத் தமிழ்ப் பண்டிதர்.

6

உயர்கல்வி

அறிவுமிக்க என் தந்தை எனக்கு உயர்கல்வி கற்பிக்க விரும்பி அந்நகரில் இருந்த காலேஜ் என்று அழைக்கப்படும் கல்லூரியில்[26] சேர்த்துப் படிக்க வைத்தார். நானோ தவறான வழிகளில் நடந்து காலத்தைக் கழித்தேன். இச்செய்தியைத் தெரிந்துகொண்ட என் தந்தை என்னை எம் ஊருக்கு அழைத்துச் சென்றார். என்னைப் பக்கத்தில் அமரவைத்துப் பலவகையான அறிவுரைகளைக் கூறி என்னைத் திருத்தினார். இதில் சில நாட்கள் சென்றன.

பற்பல நூல்களைக் கற்று உயர்ந்து அரசு தண்டல் அதிகாரியாகப் பணிபுரிந்த நெல்லையப்பப் பிள்ளை என்னை அழைத்து வட்டாட்சியர் அலுவலகத்தில் எழுத்தர் பணியில் சேரச் சொன்னார். அவர் சொல்லை மறுக்க இயலாத தந்தை என்னை அவ்வேலையில் அமர்ந்திடச் செய்தார். சில நாட்கள் மட்டுமே அப்பணியில் நீடித்தேன். அதிலிருந்து விலகி, வீட்டிற்குப் போய் நல்லபடியாக இருந்தேன். என் தந்தை அடிக்கடி அறிவுரைகளைச் சொல்லி, என் மனத்தை மாற்றினார்; திருச்சிக்குச் சென்று ஞாயம் கேட்டுப் பெறும் வழக்குரைஞர் தொழிலுக்கான சட்டக்கல்வி என்னும் நற்கல்வியை விரைவில் படி எனக் கட்டளையிட்டார்.

---

26 கால்டுவெல் கல்லூரி.

7
சட்டப் படிப்பு

வேறெந்த நகரையும் விடச் சிறப்பு வாய்ந்ததான திருச்சி நகருக்குப் போனேன். ஆண்டாள் தெருவில் சில நாட்களும், வசந்தன் தெரு என்கிற அழகிய தெருவில் சிலநாட்களும் தங்கியிருந்தேன். அங்கிருந்த சட்ட வகுப்புக்கு மகிழ்ச்சியுடன் சென்றேன். அங்கு ஆசிரியர்களாக இருந்த கணபதி ஐயர், அரிகரம் ஐயர் ஆகியோரிடம் சட்டங்களைச் சரியாகக் கேட்டுக் கற்றேன். பிறகு, அதை விட்டுவிட்டு, நாட்களை வீணாகக் கழிக்கத் தொடங்கினேன்.

அப்போது தூய மனமுடைய என் தந்தை எனக்கொரு கடிதம் எழுதி அனுப்பினார். "இக்கடிதம் கண்டவுடன் விரைந்து கிளம்பி வந்தால் என்னுயிர் என்னிடம் இருக்கும்" என்று அதில் எழுதியிருந்தது. படித்தவுடன் கிளம்பிப் பயணம் செய்து விடியுமுன்னே போய்த் தந்தையைக் கண்டேன். அவர் என்னைக் கட்டியணைத்து முத்தமிட்டார். அவருடன் அமர்ந்து உணவு உண்டேன். அங்கேயே மகிழ்ச்சியுடன் தங்கிப் படித்தேன். அடுத்து வந்த தேர்வில் வெற்றி பெற்றேன். இனி, படித்த நாட்களில் நிகழ்ந்தன பற்றிச் சொல்வேன்.

8

கற்றவை சில

ஒட்டப்பிடாரத்தில் இருந்தபோது, நல்ல பண்பாளரான அல்லிக்குளத்துச் சுப்பிரமணிய பிள்ளை வாசிக்கும் பாரதத்தை என் பாட்டனாரோடு சென்று கேட்டேன். ஒவ்வொரு விடியற்காலையும் பாட்டி மீனாள் என் வீட்டினில் சொல்லும் சொக்கரின் திருவிளையாடல்கள் பலவற்றை விளையாட்டாகக் கேட்டு வந்தேன். இரவில் படுத்திருக்கும்போது பாட்டனார் சொல்லும் விருப்பந்தரும் அழகிய இராகவன்[27] கதையைக் கேட்டேன் ஒவ்வொரு நாளும் பிள்ளையார் கோவிலுக்குப் பாட்டனாரோடு முறையாகச் சென்றேன். கடைத் தெருவில் அமர்ந்துகொண்டு கட்டாரிச் சாமியார் முதலிய மேலான பொருட்களை உணர்ந்த துறவியர் சொல்லும் இனிய உரைகளையும், பாடிய இன்னிசைப் பாக்களையும் கேட்டு, நற்பணிகள் செய்தேன். வீட்டில் பல்லாங்குழியும் சிறுபிள்ளை விளையாட்டுகளும் ஆடினேன். சிறுவரோடு சேர்ந்து மணல்வீடு கட்டினேன். அறுசுவை உணவை உண்டு திரிந்தேன்.

---

27 இராமாயணம்.

9

தமிழ்நாட்டு விளையாட்டுகள்

அடுத்த மாதத்திலும் கல்வியைப் பொருட்படுத்தாது சிறுவரோடு சேர்ந்து விளையாடினேன். சுவர்மேல் நடத்தல், ஆலமரத்தில் ஏறுதல், உண்டிவில் கொண்டும், கையாலும், கல் எறிந்து பழகுதல், கண்ணினைப் பொத்தி விளையாடும் கண்ணாம் பொத்தி, மூச்சு விடாமல் எண்களைச் சொல்லுதல், குதி வட்டாடுதல், கோலி[28] தெறித்தல், குதிரை ஏற்றம், கோலேறி நடத்தல், காற்றில் தீப்பந்தம் எறிதல், நொண்டி ஓட்டம், கைப்பந்து என்று பற்பல விளையாட்டுகளை ஆடினேன்.

சடுகுடு, கிளித் தட்டு[29], பல்லி, நீண்ட தொலைவுக்கு வேகமாக ஓடுதல், நீரில் விளையாடுதல், கம்பு சுற்றுதல், கத்தி வீசுதல், மூச்சினை அடக்கித் தலைகீழாக நடத்தல், பலவகை உடற் பயிற்சிகள், குத்துச் சண்டை, உண்மையான சண்டையை எதிர்கொள்ளும் முறைகள், தாயம்[30], சோழி, சதுரங்கம், சொக்கட்டான், மறைந்திருந்து சீட்டாடுதல், வெடிகளை வெடித்தல், வில்லிலிருந்து அம்பு விடுதல், அடிபிடிச் சண்டை முதலியவற்றை அளவில்லாமல் செய்து வந்தேன்.

---

28 கண்ணாடிக் குண்டு

29 இது கிளியந்தட்டு என்றும் வழங்கப்படும். இஃது ஆடவர் விளையாட்டு.

30 இது பரமபதம், குறுக்குக் கட்டத் தாயம் என பலவகைப்படும். அவற்றுள் பெருவழக்கானது. பதினைந்து நாயும், புலியும் என்பது. இது தொல்காப்பியர் காலத்திற்கு முன்பே ஆடப்பட்ட விளையாட்டாகும்.

10

சிறுவன் சிதம்பரத்தின் வருத்தம்

இந்நாட்களில், தன் கணவன் இறந்துவிடவே என்னுடைய சிறிய அத்தை எங்கள் வீட்டிற்கு வந்து சேர்ந்தார். பெரிய அத்தை தன் பெரிய மகனான முத்துசுவாமியைத் தன்னுடன் அழைத்துக் கொண்டு போனார். சிறியவனான சுப்பையனை (சுப்பிரமணியப் பிள்ளை) நான் முன்னைவிட அதிகம் விரும்பி நாளும் ஊட்டி வளர்த்தேன். என் தாயும் தமக்கையும் என் வீட்டை அண்டி வாழும் மேற்சொன்னோரை "உமக்கு இங்கென்ன வேலை?" என்று கேட்டு நொடிக்கு ஆயிரம் சண்டை போடுவார்கள். நான் அவற்றைத் தடுத்து அவர்களுக்குள்ள பரம்பரை உரிமையை எடுத்துச் சொல்வேன். அந்நாட்களில் என் தந்தை மிகவும் அதிகமாகச் செலவிட்டு என் தமக்கைக்குத் திருமணம் செய்துவைத்தார். அவரின் கணவரை (முத்துக் குமாரசாமிப் பிள்ளை) எங்கள் வீட்டோடு இருக்கச் செய்தார். நானோ காட்டுக்குப் போய்விடும் மனநிலையை அடைந்தேன். பொறாமையோடு, பல்வேறு பழிகளைச் சொல்லியும், கோள்மூட்டியும் வந்தேன். தந்தை என்னை இகழ்ந்து திட்டுவார். சில நேரங்களில் அடிப்பார்; மிதிப்பார். நான் உடனே ஓட்டம் பிடிப்பேன். அவர் பின்தொடர்ந்து வந்து என்னைப் பிடித்துக் கொண்டு வருவார்.

எது பொய்?

பொய் உரைத்தல், பொய்யை உருவாக்கல், புறங் கூறுதல், பிறனை வைதல், உண்மையை வெளிப்படுத்தாதிருத்தல், புறங் கூறுதலைக் கேட்டல், வருத்தம் தரும் சொற்களைப் பேசுதல் கடினமான சொற்களைச் சொல்லுதல், அகத்தில் அன்பின்றி வெளியில் நடித்தல், நன்மையற்ற சொற்களைச் சொல்லுதல், பொய் வாக்குறுதிகள் கொடுத்தல் ஆகியவும், இவை தொடர்பானவையும் பொய் என்று ஆகும்.

- வ.உ.சி. மெய்யறிவு

11
துறவு - ஏற்றலும் துறத்தலும்

அளவில்லாத தடவைகள் இப்படி நடந்தன. தந்தை ஒருநாள் கண்மூடித்தனமாகக் கணக்கின்றி அடித்தார். நான் துறவு மேற்கொள்ள நினைத்தேன். தலைமுடியை நீக்கிக் கொண்டேன். கோவணம் அணிந்தேன். விரைந்து நடந்து, இரண்டு நாட்களுக்குள் மதுரை சென்றடைந்தேன். இடையில் துறவைத் துறந்திடவும் எண்ணினேன். சிறப்புமிகு காசி விசுவநாதரைக் கண்டு வணங்க, விரைவில் செல்ல இருப்பதாகக் கடிதம் எழுதி என் ஊரில் இருந்த நண்பன் ஒருவனுக்கு அனுப்பினேன். என்னைக் காணாது பல இடங்களிலும் சுற்றித் திரிந்து, தேடி, கிடைக்காமல் போகவே, தன் நலம்கெட்டு வாடிக் கிடந்தார் என் தந்தை. அந்த நண்பன் அவரிடம் தனக்கு வந்த கடிதத்தைக் கொடுத்தான்.

அக்கடிதத்தைக் கண்ட என் தந்தை உறவினர் பலரை உடன் அழைத்துக்கொண்டு மதுரைக்கு வந்து சேர்ந்தார். நான் நடந்து வந்து கொண்டிருந்த வழியில், எதிரே வந்த அவர்கள் என்னை வழிமறித்தனர். வாரி அணைத்தனர். தந்தை அழுதார். பல அறிவுரைகளைச் சொன்னார். சொக்கன் திருவடிகளைத் தொழுதோம். மறுநாள் வளமிக்க மதுரை நகரைச் சுற்றிப் பார்த்தோம். பின் தந்தையுடன் ஒட்டப்பிடாரம் சென்றடைந்தேன்.

> **அறத்தை அறிய அறிவே மறமாம்**
> **அறத்தைப் பிழைத்த அறிவே மிருகம்**
> **அறத்தைப் புரியும் அறிவே மனிதன்**
> **அறத்தைக் காக்கும் அறிவே கடவுள்.**
>
> \- வ.உ.சி. (அகமே புறம்)

12

ஊர் ஊராய்....

அதன்பின் சில நாட்கள் சென்றன. எனக்கு நெடுங்காலம் சிலம்பப் பயிற்சி தந்த ஜெலால் கான் என்பவனை உடன் அழைத்துக் கொண்டு தலைநகராகச் சிறந்து விளங்கும் சென்னைப் பட்டினத்திற்கு யாருக்கும் தெரியாமல் சென்றேன். அங்கும் என் தந்தை வந்து எங்களை ஊருக்கு அழைத்து வந்தார். திருமந்திர நகர் என்னும் தூத்துக்குடியில் படித்துக் கொண்டிருந்தபோது ஒருவன் சொன்ன சொல்லை மகிழ்வுடன் ஏற்றுக்கொண்டு, மறுபடியும் சென்னை சென்றேன். அங்கிருந்தோர்க்குக் கடிதம் எழுதிய ஈடிணையற்ற என் தந்தை, என்னை மீண்டும் வரவழைத்தார்.

ஒட்டப்பிடாரத்தில் செய்து கொண்டிருந்த எழுத்தர் வேலையை விட்டபிறகு. வளமையும், பெருமையும், சீர்மையும் நிறைந்த, திருவனந்தபுரத்துக்கு ஓரிரவு எல்லாரும் தூங்கும்போது மறைவாகச் சென்றேன். தந்தை அங்கும் கடிதம் எழுதி, என்னை மீண்டும் ஊருக்கு வரவழைத்தார். அடிக்கடி இப்படிப் பலதடவை வெவ்வேறு ஊர்களுக்குச் சென்றேன். என் தந்தை நேரில் வந்தும், பல்வேறு முயற்சிகள் எடுத்தும் செய்த நடவடிக்கைகளால் என் மனம் திருந்தி, வீடு திரும்புவேன். ஆனாலும், கெடுதல்களையே செய்து வந்தேன்.

இனி, எழுச்சியுடன் புரிந்த வழக்குரைஞர் தொழில் பற்றிச் சொல்வேன்.

13
வழக்குரைஞர்

என் உள்ளத்தால் நான் மதிக்கின்ற ஏசுவின் பெயரால் வழங்கும் ஆண்டுக்கணக்கான 1895 இல் வழக்குரைஞர் தேர்வில் வெற்றி பெற்றதற்கான சான்றிதழைப் பெற்றேன். அறிவுடையோர் வாழும் திருமந்திர நகர் என்னும் தூத்துக்குடியில் இருந்த உரிமையியல் வழக்குமன்றம்[31], குற்றவியல் வழக்கு மன்றம்[32] என்று சொல்லப்படும் இருவகையான வழக்கு மன்றங்களிலும் சென்று தொழில் புரிந்தேன், என்னிடம் வந்த வழக்குகளைத் திறமையுடன் நடத்தினேன். நல்ல பொருளைச் சம்பாதித்துப் புகழ்பெற்று, பண்போடு வாழ வேண்டிய அந்நாட்களில், சிறியோர் வழிகளில் சென்று திரிந்தேன். என் தந்தை எனக்கு எடுத்துச் சொல்லவும், இடித்துச் சொல்லவும் செய்தார். நல்வழி எதிலும் நான் நடக்கமாட்டேன் என்று கருதிய தந்தை என்னுடைய ஊருக்கு அழைத்துச் சென்றார். அங்கிருந்த குற்றவியல் வழக்குமன்றத்தில் சேர்ந்து வழக்குரைஞர் தொழிலைச் செய்திட வைத்தார். எனக்குத் திருமணம் செய்வித்தார். வாழ்க்கையை ஒழுங்காக நடத்த ஏற்பாடு செய்தார்.

பொருளையும், குடும்பப் பெயரையும் புகழ்தரும் வகையில் பெருக்கி, அருள் தன்மையும், அறிவுத் தெளிவும் உருவாக்குக என்று வாழ்த்துரைத்தார்.

---

31 உரிமையியல் வழக்கு மன்றம் - Civil court.

32 குற்றவியல் வழக்குமன்றம் - Criminal court.

14

தொழிலில் வல்லமை

நாள்தோறும் வழக்கு மன்றத்திற்கு வரும் வழக்குகளில் பாதி என்னிடம் வந்தன. என்னுடைய பாட்டனும், தந்தையும் பெரிய தந்தையும் வழக்குரைஞர் தொழிலில் பெருமையும், பெரும்புகழும் பெற்றிருந்தனர். தெய்வத்தின் அருளும் என்னிடம் சேர்ந்து நின்றது. செய்கின்ற செயல்கள் எதனையும் நான் திருத்தமாகச் செய்தேன். எந்த வழக்கை எடுத்து நடத்தினாலும், அதை இடையில் கைவிடாமல் தொடர்ந்து நடத்தும் துணிவினைக் கொண்டிருந்தேன். என்னிடம் வந்த கட்சிக்காரர்களிடம் இனிமையாகவும், உரிமையாகவும் பேசினேன். விலை உயர்ந்த உடைகளை உடுத்தினேன். தோற்றப் பொலிவோடு இருந்தேன். மகிழ்ச்சியோடு கொடை அளித்தும், நற்குணத்தோடும் இருந்தேன்.

வானம் கலங்கினும் உலகம் கலங்கினும் எதிரியை என்னிடம் நெருங்கவிடாமல் ஏழைகளின் வழக்கை அருள் கொண்டு நடத்தினேன். அவர்களிடம் பணம் வாங்குவதில்லை. வழக்கு மன்ற நடுவரின் நெஞ்சம் என்பக்கம் திரும்புமாறு வழக்கினை விளக்கமாக எடுத்துச் சொல்லி உணர வைத்தேன். ‘கமிசன்’ என்னும் கைக்கூலி கொடுத்தல் கேடு என்பதனால் அதனை முற்றிலும் தவிர்த்தேன். என்னுடைய வழக்கு தோற்றுப்போகும் நிலைவந்தால், எதிரியை அணைத்து இணக்கப் பேச்சு நடத்தி வைத்து, வழக்கினை முடித்தேன்; அல்லது வழக்கினை மேற்கொண்டு நடத்தாமல், நிறுத்தும்படிச் செய்தேன். எந்த நிலையிலும் தோல்வி வராமல் பார்த்துக் கொண்டேன். என்னிடம் வரும் பத்து வழக்குகளில் ஆறில் வெற்றி பெற்றேன். மூன்று வழக்குகளை இணக்கமாகப் பேசி முடித்தேன். ஒரு வழக்குத் தோற்றுப் போகும். எடுத்துக்கொண்ட வழக்கினை நல்லபடியாக முடித்துத் தந்ததால், வழக்குத் தொடுப்போர் விரும்பி என்னிடம் வந்தனர்.

15
காவல் துறையின் சூழ்ச்சி

காவலர்[33] என்னும் பொய்நிறைந்த, அச்சம் மிகுந்தவர்கள் தம் வேலையை இழந்து துன்புற்று வீட்டுக்குச் செல்லும் அளவிற்கு குறுக்கு வினாக்கள் என்னும் கோலைக் கொண்டு திகைக்க வைத்தேன். எனவே அவர்கள் கனவிலும் என்னைக் கண்டு அஞ்சிக் கொண்டிருந்தனர்.

தலைமைக் காவலர்[34] சுப்பிரமணியன் என்பவரைச் சுட்டதாக ஒரு வழக்குத் தொடரப்பட்டது. அந்த வழக்கில் எதிரிகள் என்னிடம் கலந்து பேசிச் சூழ்ச்சி செய்ததாகப் பொய்யான குற்றச்சாட்டை என்மீது சுமத்தினர். அவ்வாறே குறிப்பாணை[35] எழுதினர். மேற்படி எதிரிகளுக்காக நான் வழக்காடாமல் பின்வாங்குமாறு காவலர் என்னிடம் உறுதிமொழி கேட்டனர். அந்த நேரத்திற்குச் சரியென்று கூறிய நான் வழக்கு வந்த நேரத்திற்குச் சரியாகச் சென்று நேர்நின்றேன்[36].

ஒரு வழக்கில் சான்றாளர்களைக்[37] கலைத்துவிட்டதாக தலைமைக் காவலன் ஒருவன் என்மீதும் என்னோடு இருந்த சிலர்மீதும் பொய்ப் புகார்[38] கொடுத்து வழக்குத் தொடரப்பட்டது. இவ்வழக்கு பொய்வழக்கு என்று மெய்ப்பிக்கப்பட்டதால், அந்தத் தலைமைக் காவலன் எங்களுக்கு இழப்பீடு[39] வழங்க வேண்டும் என்று தூத்துக்குடி கூடுதல் குற்றவியல் நடுவரான[40] லயோனல் வைபர்ட்டு அவர்கள் தீர்ப்புக் கூறினார். அந்தத் தலைமைக் காவலரின் பதவியும் பறிபோயிற்று. அதற்குப் பிறகு எதற்கும் என்னை எதிர்த்திடக் காவலர் துணிந்ததில்லை.

---

33 *Police* - காவலர்.

34 ஏட்டு - *Head constable* - தலைமைக் காவலர்.

35 *Memo* - குறிப்பாணை.

36 ஆஜர் - நேர் நிற்றல்.

37 சாட்சி - சான்று.

38 பிராது - புகார்.

39 நஷ்டி - இழப்பீடு.

40 *Joint magistrate* - கூடுதல் குற்றவியல் நடுவர்.

16

குற்றம் களைதல்

நன்கு கற்று, உணர்ந்து நற்செய்கைகளைப் பிறர்க்கு எடுத்துச் சொல்லும் சிலர், தாம் அவற்றைச் செய்யாமல், அடங்காமல் ஆணவத்தோடு நிற்பர். அப்படிப்பட்டவர்களில் ஒருவன்[41] துணைக் குற்றவியல் நடுவராக[42] இருந்தான். வலிமை மிக்கவர்களையும், செல்வர்களையும் தண்டனை கொடுத்து அழித்து வந்தான். அவனுடைய பெயரைச் சொல்லிக் கையூட்டு வாங்கினர் சிலர். அவர்கள் அவனுக்காகத்தான் கையூட்டு வாங்கினர் என்று இருவர் வழக்குத் தொடர்ந்தனர். அந்த வழக்குகளில் அவர்களுக்குத் துணை செய்தேன். அதன்பிறகு, அறிவு வந்து அவன் அடங்கினான். பிறகு அவ்வழக்குகளைப் பொருட்படுத்தாமல் விட்டேன்.

விரும்பிக் கையூட்டு வாங்கினர் இருவர். ஒருவரை[43] எழுத்தராகப் பதவி இறக்கம் செய்யவைத்து, வருமானத்தைக் குறைத்தேன். இன்னொருவரைப்[44] பதவி நீக்கம் செய்ய வைத்தேன். இச்செயல்கள் என் தந்தையின் விருப்பத்துக்கு எதிராக இருந்தன. ஆனால், என் செயல்கள் வினைப் பயனால் நடந்ததால் நான் திருமந்திர நகருக்குச் சென்றேன். அங்குத் தங்கி என்னுடைய தொழிலை அதிகமாகச் செய்து அளவில்லாப் பொருளைச் சம்பாதித்தேன். மற்றவர்க்கும் கொடுத்தேன். நான் எடுத்து நடத்திய வழக்குகளை எல்லாம் இங்கே எடுத்துரைக்க என்னால் இயலாது. எனவே, தொடக்கத்தில் ஒன்றும் முடிவில் ஒன்றுமாக உன்பொருட்டாகச் சொல்லி முடிக்கிறேன்.

ஒட்டப்பிடாரத்திற்கு அருகிலுள்ள முடிமன் என்ற சிற்றூரில் வேதநாயகம் என்ற பள்ளன் ஒருவன் இருந்தான். அவன் நல்லவன். முன்னோர் நாளிலிருந்து பிறர்க்கு அடிமைத் தொழில் புரிவதே தன் பிறப்பின் கடன் என்ற அறியாமை கொண்டிருந்தவன்.

---

41 ஏகாம்பரம் ஐயர்.

42 *Sub-Magistrate* - துணைக் குற்றவியல் நடுவர்.

43 வாசுதேவ ராவ்.

44 பஞ்சாபகே ஐயர். பி.ஏ., பி.எல்.

அவன்மீது எந்தவகைக் குற்றமும் இல்லாதபோதும், எண்ணற்ற பொய் வழக்குகளைக் காவலர் அவன் மீது சுமத்தி குற்றவாளி ஆக்கினர். எல்லா வழக்குகளிலும் இருந்து அவனை விடுவித்தேன்.

திருவாடுதுறை மடத்தில் துறவியர் தலைவராக இருந்தவரும், தமிழாய்ந்தவருமான ஆறுமுகம் பிள்ளை என்பவர் ஆசாரி ஒருவனைக் கொன்றதாகத் தொடரப்பட்ட வழக்கில், அவரை விடுவித்தேன்.[45]

இனி, அறவழியில் நான் நடத்திய குடும்ப வாழ்க்கை பற்றிச் சொல்வேன்.

வ.உ.சி அவர்களின் பன்முகங்கள்

வழக்குரைஞர், தொழிற்சங்கத் தலைவர், விடுதலைப் போராளி,
மக்கள் தலைவர், கூட்டுறவுக் கழக முன்னோடி, பாவலர்,
கட்சிச் செயலாளர், நாவாய் நிறுவன நிறுவுநர், எழுத்தாளர்,
சொற்பொழிவாளர், மொழி பெயர்ப்பாளர் , உரையாசிரியர்,
தனித்தமிழ் ஆர்வலர், இதழாசிரியர், நூலாசிரியர்,
மெய்யியல் அறிஞர், பதிப்பாசிரியர், கட்டுரையாளர்,
ஆசிரியர், சீர்திருத்தக் காரர், கலைச்சொல் ஆக்குநர்,
இலக்கண வல்லுநர், புதின ஆசிரியர்,
இயற்கை வேளாண்மை வல்லுநர்.

45 1908 ஆம் ஆண்டு.

17
வாழ்க்கைத் துணை நலம்

திருச்செந்தூர் என்னும் ஊரில் சிறப்புகளை எல்லாம் திரட்டிச் சொந்தமாக்கிக் கொண்டு வாழ்ந்தவர் சுப்பிரமணியன் என்பார். அவரின் மகளாகப் பிறந்து பெருஞ்சிறப்புகள் கொண்ட செல்வ அரசியாக வளர்ந்தவள் வள்ளியம்மை. இல்லறக் கடமைகளை நன்கு நிறைவேற்றும் பொருட்டு அவளை என் வாழ்க்கைத் துணையாகக் கொண்டேன்.[46] வளமிக்க திருச்செந்தூருக்கு நான் சென்றதும், மணந்ததும், ஒட்டப்பிடாரத்திற்குத் திரும்பியதும், அதன்பின் நிகழ்ந்ததும் ஆன செய்திகளை முடிமன் என்ற ஊரில் வசிக்கும் என் மருமகன் முத்துசுவாமி எழுதிய வரலாற்றின்[47] மூலம் விரிவாகத் தெரிந்து கொள்ளலாம்.

ஒருவர் நமக்குச் செய்த உதவியை மற்றவர்களிடம் எடுத்துச் சொல்லுதல் உயர்வு என்றும், இனிமையான ஒருவரின் குணத்தை மற்றவரிடம் சொல்வது நன்மையென்றும் முன்னோர் கூறியுள்ளனர். அதன்படி சிறந்தவளான வள்ளியம்மையின் குணத்தை இங்கே கூறுவேன். பின்வருவோர் அக்குணங்களைக் கடைப்பிடிக்க வேண்டும் என்பதற்காகவே இங்கு கூறுகிறேன்.

என்னுடைய உருவமும், எனக்கு அவள் செய்கின்ற தொண்டுமே எப்போதும் அவளுடைய கனவிலும் நனவிலும் நிற்கும். என்னுடைய பெற்றோர், என்னுடன் பிறந்தோர், என்னுடைய நண்பர்கள் யாவரையும் தன்னுடைய உயிராகக் கருதித் தொண்டு செய்த குற்றமிலா மனம் கொண்டவள். திருமகளுக்கு ஒப்பானவள். திருவள்ளுவர் அருளிய திருக்குறளை முறையாகப் படித்து, பிறர் மனதில் பதியும் வண்ணம் உரையுடன் எடுத்துக் கூறுவாள். அறிவின் வடிவமாக இருந்து, சரியான இன்பத்தை அடைய சிறப்பான வழிகளைக் கூறும் வள்ளிநாயகம்[48]

---

46 *1895*

47 வள்ளியம்மை சரிதம்.

48 வள்ளி நாயக அடிகளார். பெரியவரின் பள்ளித் தோழர்; வழக்குரைஞர், துறவு பூண்ட ஞானகுரு.

அவர்களோடும், மறைகளைச் செறிவுறத் தெளிந்தாய்ந்த பெரியாரோடும் வீட்டில் அமர்ந்து, நான் ஞானநிலை பற்றி ஆய்வு செய்து பேசிக் கொண்டிருப்பேன். நாங்கள் பேசுவதை எல்லாம் அவள் எட்டிநின்று கேட்டுக் கொண்டிருப்பாள். பின்பு அவற்றை என்னிடம் அன்போடு பிழையில்லாமல் சொல்லுவாள். பலரும் அமர்ந்து பேசிக் கொண்டிருக்கும்போது. அனைவரும் அறிந்து கொள்ளாதபடி குறிப்புச் சொற்களைக் கொண்டு நானும் வள்ளி நாயகமும் பேசிக் கொள்வதை, அவளும் புரிந்துகொண்டு தனக்குள் சிரித்துக் கொள்வாள். சிவத்தின் தன்மையை நன்குணர்ந்த தேசிகன்[49] என்பவன் நான் செய்த தவத்தின் பயனாக என் இல்லத்தில் தங்கி வந்தான். அவன் கண்களை இழந்தவன் என்பதால், அக்குறை தெரியாதபடி அவனை ஊட்டி வளர்த்தாள். ஊரில் உள்ளோர் "அவன் தாழ்ந்த குலத்தவன். அவனை வீட்டில் சேர்க்கலாமா?" என்று குற்றம் கூறிப் பேசினர்.

ஊரார் கூற்றைக் கேட்ட நான் அப்பெரியாரை அனுப்பிவிடக் கருதினேன். அதற்கான மனவலிமை என்னிடம் இல்லாததால், மனைவியிடம் உரைத்திட அடுக்களைக்குச் சென்றேன். அவள் என்னைக் கண்டாள். நான் அவளிடம் எதுவும் சொல்வதற்கு முன்பாக அவள் "எல்லாம் அறிந்த என்னுயிர்த் தலைவரே! எல்லா உயிரிலும் எல்லாப் பொருளிலும் இறைவன் இருப்பதைக் காண்கிறோம். எல்லாக் குலத்தவரின் உருவமும் ஒன்றேபோல், வேறுபாடின்றி இருப்பதை மலையைக் காண்பதுபோல் காண்கிறோம். கற்பனையாக அமைத்துக் கொண்ட குலம்பற்றிச் சொல்வதெல்லாம் பிழையானவை என்று எனக்குச் சொல்லிய தூயவரே! குலம் என்பது இங்கே துறவியரையும் தொடர்ந்து வருமோ? நெறிகடந்து சொல்லப்படும் சொற்களை ஏற்காமல் புறக்கணிப்போம். அத்தோடு இதையெல்லாம் முன்பே நினைத்துப் பார்த்து, குல வேறுபாடு பார்க்காமல் தொண்டு புரிதல் பிழையில்லை என்று உலகத்தின் அறியாமையை நன்குணர்ந்த நம் முன்னோர் சொல்லியிருக்கிறார்கள். பழைய செய்திகளுக்கு மதிப்புக் கொடுத்து, இப்படிப் பிரித்துப் பார்ப்பது நல்லதா? நல்லவரே! சொல்லுவோர் சொல்லட்டும்! என்றும்போல் அவன் இங்கேயே இருக்கட்டும்" என்று சொன்னாள்.

---

49 விருதுநகர் இராமய்யா தேசிகர்.

தூத்துக்குடிக்குச் சென்றபோது என்னுடைய குலகுரு வந்திருப்பதாக அவளிடம் கூறினேன். அவருக்குரிய காணிக்கையைக் கொடுத்தாள். நான் அன்புடன் அவரிடம் சென்று கொடுத்தேன். வரவு, செலவு பற்றிய செய்திகளைக் கேட்டேன். சிக்கல்கள் பல பெரிதாக எழுந்தன. அவர், "நீ எனக்குச் சீடனில்லை" என்று கூறினார். நானும் உடனே வீட்டுக்கு வந்து விட்டேன். நடந்தவற்றை மனைவியிடம் கூறினேன். "மற்றவர்கள் நம்மைப் பற்றித் தவறாகப் பேசுவார்களே! உறவினை நீக்குதல் சரியாகுமா?" என்று கேட்டாள்.

ஓர் உறவினர் கட்சிக்காரர் ஒருவரை என்னிடம் அழைத்து வந்தார். அவரும் வழக்குக்குரிய தொகையை என்னிடம் தந்தார். அவருக்குத் தெரியாமல் என்னிடம் வந்த என் உறவினர் கைக்கூலி தருமாறு கேட்டார். நான் உடனே விரைந்து சென்று என் மனைவியிடம் "இப்படிக் கொடுக்கலாமா?" என்று கேட்டேன். "உம்முடைய கொடை கொடுக்கும் கையால் கட்சிக்காரரிடம் பெற்ற தொகையை அவரிடமே கொடுத்துவிடுங்கள். அந்த வழக்கை எடுத்துக்கொள்ள வேண்டாம்!" என்று பணிவுடன் கூறினாள்.

என்னுடைய குற்றங்களை இனங்கண்டு அழிக்கும் அமைச்சரைப் போலிருந்தாள். இத்தகைய அறிவுடையவள். ஆனாலும் கூட, என்னுடைய பெரும்பிழைகளைப் பற்றி சரியான ஒருவர் அவளிடம் கூறினாலும் சரி; தானே கண்ணாலும், காதாலும் அறிந்து கொண்டாலும் சரி அவை பொய்கள் என்று எண்ணும் அறியாமையை நிறையக் கொண்டிருந்தாள். அதனால், இல்லறம் சிறப்புற விளங்கினாள்.

அவளுடைய தாய் சீர்சிறப்பு செய்யவில்லை என்று சொல்லி சிறந்தவரான என் தந்தை அடிக்கடி திட்டுவார். என் தந்தை திட்டும்போது மனம் பொறுக்க முடியாமல், மறுத்துப் பேசுவேன். அப்போது அன்னம்போல் என்னருகில் மெள்ள வந்து, நின்று என்னைத் தேற்றுவாள்.

முன்கூட்டியே சொல்லாமல், நிறைய நண்பர்களை வீட்டிற்கு அழைத்துக்கொண்டு வந்து, அவர்களுக்கு உணவிடச் சொல்வேன். அவளும் அறுசுவை உணவு படைப்பாள். அதில் அவள் ஒருநாளும் காலத்தாழ்ச்சி செய்தது கிடையாது.

இனிமையாகப் பாடுவாள். என் பாதத்தை வருடுவாள். ஊடல் கொள்ளும்போது, உண்மையைச் சொல்லி விளக்கினால் மகிழ்ச்சி தருவாள். உடையோ, நகையோ தனக்கு வாங்கித் தருமாறு அவள் எதுவும் கேட்டதில்லை. 1900 ஆம் ஆண்டில் அவள் திடுமென நோயுற்றாள். நான் இரவில் சென்று மருந்து கேட்டபோது, வள்ளிநாயக அடிகளார் வருந்தாமல், மருந்து தந்தார். தேனினும் இனியவள் கனவாகப் போனாள் என்று சொல்லுமாறு உயிர் நீத்தாள்.

எனக்கு வேறு வாழ்க்கைத் துணையை அமைத்துத்தர தந்தை முயற்சி செய்தார். அவளுடைய உறவில் தவிர, வெளியில் பெண்ணெடுக்க மாட்டேன் என்று கூறிவிட்டேன். எனவே, என்னுடைய தந்தை வள்ளியம்மையின் இளைய பாட்டனாரின் பேத்தியாகிய மீனாட்சியைத் திருமணம்[50] செய்துவைத்து வாழ்த்தினார். இரு மக்களைப் பெற்றேன்.

இனி என்னுடைய குணத்தைப் பற்றிச் சொல்வேன்.

---

50 8 - செப்டம்பர் - 1901.

18
குணத்தின் குன்றம்

களங்கம் இல்லாத என் உயிர் என்னும் மனத்தில் என்றும் அற்பத்தனத்தையும், கடுஞ்சினத்தையும் அடக்கி வைத்தேன். யான் பெரியன் என்னும் எண்ணம் கொண்டோரின் ஆணவத்தை அடக்கி, நன்மை செய்யும் இயல்போடு இருந்தேன்.

பொருள்களின்மீது விருப்புக் கொண்டதில்லை. வீண்பேச்சுகளைக் கேட்கக்கூட விரும்ப மாட்டேன். பொறாமை என்பது எனக்குத் தெரியாது. தவறான செயல்களைச் செய்ய நேரிடும்போது ஒழுக்கம் எதுவென்பதை எண்ணிப் பார்ப்பேன். பகைவரிடமும் பொய்பேச மாட்டேன். நற்செயல்களையே செய்யுமாறு பிறருக்குச் சொல்வேன். நானும் அவற்றையே செய்வேன். அன்பு, அறிவு, முன்னோர் எழுதிய நூல்கள், முன்னோர் சொன்ன நெறிகள் போன்றவற்றில் பெருவிருப்பம் கொண்டேன். இல்லை என்ற சொல்லை எவரிடமும் சொன்னதில்லை. இனிய சொற்களைப் பேசும் இயல்புடையவன். ஆனால், சினம் கொண்டால், துன்பந்தரும் சொற்களைப் பேசுவேன்.

தீயவர்க்குத் தீயவை செய்தல் தூயசெயல் என்று கூறுவேன். அவ்வாறே செய்வேன். எந்த உயிர்க்கும் ஒரு துன்பமும் நினைக்க மாட்டேன். தீய உயிர்களை நல்வழிப் படுத்துவதற்காக அவர்களுக்குத் துன்பம் செய்வேன். அளவு கடந்த அன்பும் அருளும் கொண்டிருந்தேன். இன்பத்திலும் மகிழ்விலும் அளவின்றித் தோய்ந்தேன். அறச் செயல்களையே எப்போதும் செய்வேன்; பிறருக்கும் எடுத்துரைப்பேன். புறம்பேச மாட்டேன். எவரேனும் என்னிடம் புறம்பேச வந்தால், காது கொடுத்துக் கேட்க மாட்டேன். சில நாட்களில் மனத்தில் கவலை கொள்வேன். சில நாட்களிலேயே அறிவுக்கு ஆட்பட்டுக் கவலையிலிருந்து மீள்வேன். தருக்கு இல்லாமல் இருப்பதே பெருமை என்று கொள்வேன். பெருமைதரும் செயல்களையே செய்வேன். ஞாயம் என்பதில் உறுதியாக இருப்பேன்.

ஆதிபகவனாகிய இறைவனை அன்போடு போற்றுவேன். மத, குல வேற்றுமைகளை மனதாலும் நினைப்பதில்லை; அவையெல்லாம் ஒன்றுதான் என்று நாளும் சொல்வேன். மெய்யியல் நூல்களிலும், தமிழிலுள்ள உயர்கருத்துமிக்க நூல்களிலும் மனதைச் செலுத்திப் படிப்பேன்; அவற்றில் சொல்லப்பட்ட கருத்துகள் பற்றிச் சிந்தனை செய்வேன். சிறந்த பாடல்களை மீண்டும் மீண்டும் படிக்கும்போது தோன்றும் புதிய, புதிய, இதுவரை எந்தப் புலவரும் சொல்லாத பொருள்களை நன்கு உணர்வேன். அதைப் பிறர்க்கு நன்றாக விளக்கிச் சொல்வேன்.

என்னுடைய உயர்ந்த குணம் என்ன என்பதையும், என்னுடைய குற்றம் என்ன என்பதையும் நான் உணர்ந்திருந்தேன். அகவையில் (வயதில்) சிறியவர்களாக இருந்தாலும், அவர்கள் சொல்வதில் தெளிவான கருத்திருந்தால், அதை அறிவென ஏற்றுக் கொள்வேன். அவர்களை வணங்குவேன்.

மிகவும் உறுதியான பண்புடனும், ஆர்வத்துடனும் ஆண், பெண் என இருபாலாரும் என்னிடம் அன்புகொண்டு வருவர். மெய்ப்பொருள் அறிந்தோர், பேரறிஞர்கள், பொய்ப்பொருள் எதுவெனத் தெரிந்து, அவற்றை விடுத்தோர், புலவர்கள் போன்றோர் என்னிடம் பிரியா நட்புக் கொண்டனர். அவர்கள் என்னிடம் கொண்ட உறுதியான அன்பின் காரணமாக நான் அவர்களிடம் நட்புக் கொண்டேன். நான் அவர்களுக்கு உரியவன் ஆனேன். அவர்களிடம் ஆளும் தன்மையைக் காட்டாமல் அன்புக்கு அடிமையானேன்.

நெடுநாள் பழகிய நண்பர்கள் தொல்லை கொடுக்கும்போது, அதை மறப்பேன். அவர்கள் பிழை செய்தால், சுட்டிக் காட்டுவேன். தொடர்ந்து இடித்துரைப்பேன். நல்ல சொற்களையே பேசுவேன். நட்பினை வளர்ப்பேன். பிரியாத என்னுயிர் போன்ற எல்லா நண்பர்களையும், என்னுடைய உயிர் நண்பர்களாக தனித்தனியே மனத்தினில் இருத்தினேன். வலிமை உடையவராயினும், நான் முன்பின் அறியாதவராயினும், அறியாமை உடையவராயினும், எந்த வேற்றுமையும் பாராமல், என்னால் முடிந்த உதவிகளை

அவர்களுக்கு மகிழ்ச்சியாகச் செய்வேன். அவர்களை என்னுடைய பெருகிய அன்பின் காரணமாக அயலார் என்று எண்ண மாட்டேன்.

"எவரையும் வையாதே! வைவது தமிழனின் பண்பல்ல. பிறரை வைவதுதான் முன்னேறும் வழி என்ற எண்ணாதே! எவன் முன்னேறினாலும் வைபவன் முன்னேற முடியாது என்பதை நம்பு. தவறு என்று கண்டால் தீமையற்றச் சொற்களால் அச்சமற்றுக் கூறு" என்பது பிள்ளை அவர்களின் அறிவுரை. பொய் பேசுவதில்லை என்பதை வாழ்நாள் முழுவதும் ஒரு கொள்கையாகக் கொண்டு உண்மையே பேசி வந்தார்கள். அது மட்டுமன்று. உயிர் போகும்வரை ஒழுக்கத்தைக் கையாண்டு வந்த ஒரே தலைவர் அவர்.

- கி.ஆ.பெ. விசுவநாதம்

19
பண்புடையாளர் தொடர்பு

அஞ்சாமை, கல்வி, அடக்கம், அருள்தன்மை ஆகியவை, குறைவற நிரம்பியவர் என் நண்பர் வள்ளி நாயகம். சிறந்து விளங்கும் நம்நாடு இன்பம் பெற உழைக்கும் திலகன்[51], அரவிந்தன்[52], கப்பர்டே[53], மூஞ்சி[54], சீனிவாசன்[55], பாரதி[56] சொல்லுதற்கரிய பெருமைகள் உடைய இன்னும் சிலர் ஆகியோர் நான் அறிவின் தன்மையால் பெற்ற நண்பர்கள் ஆவர். அறிவின் பொருட்டு இல்லாமல் பழக்கத்தின் காரணமாகப் பலரும் என்னிடம் வந்து சேர்ந்தனர். முன்சொன்ன வள்ளி நாயகமும், இன்னும் ஆறு பேர்களுமே பின்வந்த நாட்களில் நெருங்கிப் பழகிய நண்பர்களாக இருந்தனர். அந்த அறுவருள் இருவர் பெண்கள். மற்றவர்கள் திருநெல்வேலிச் சிதம்பரம் பிள்ளை, கந்தசாமிக் கவிராயர், தமிழ்ப் பண்டிதரான கந்தசாமி ஐயர், சண்முகச் சுந்தரம்பிள்ளை ஆவர்.

என்னுடன் நட்புக் கொண்டவர் வீட்டு நாயிடமும் நான் அன்பு செலுத்துவேன். அதற்கு, உணவூட்டித் தடவிக் கொடுத்து, பக்கத்தில் அமரவைத்துப் பார்த்து மகிழ்ச்சி கொள்வேன்.

நல்ல நண்பர்களின் செயல்களைப் பிறரிடம் சொல்வேன். அவர்களின் உடைகளை நானும் அணிந்து கொள்வேன். அவர்களுக்குத் தொண்டு செய்வேன். அவர்களின் நடை உடை போன்றவற்றை விருப்பத்துடன் பார்த்து மகிழ்வேன். வள்ளி நாயகம் என்ற மாண்புகள் நிறைந்த துறவியிடம் தெளிவான கருத்துகள் பலவற்றையும் சிறப்புறக் கேட்டறிந்தேன்.

---

51 பாலகங்காதர திலகர்.

52 அரவிந்த கோசு.

53 பம்பாய் தேசியத் தலைவர் கப்பர்தே.

54 பி.எஸ். மூஞ்சே.

55 மண்டையம் சீனிவாச்சாரியார்.

56 சுப்பிரமணிய பாரதியார்.

மனைவியாக இருந்த ஒருத்தியை உயிராகக் கருதி, அவள் வரலாற்றை[57] வைத்திருப்பது குற்றமாகும் என்று கருதித் தீயினில் இட்டேன். வீடுபேறு அடைவதற்கான செய்திகளைக் கருத்துடன் கற்றேன். கைவல்லியம்[58] என்னும் உயர்கருத்தைச் சொல்லும் நூலினையும், விசார சாகரம் என்னும் நூலையும் இன்னும் சில நூற்களையும் கற்று ஆராய்ச்சி செய்தேன். மெய்ப்பொருள் எதுவெனக் கண்டேன்.

துன்பத்தையும், இன்பத்தையும் சமமாகக் கருதும் நல்வழியை அறிந்தேன். ஆனால், அவ்வழியில் நான் நல்லபடியாக நின்றதில்லை.

அறிவெனும் கதிரவன் எங்கும் ஒளிவீச வேண்டும் என்ற நோக்கத்தில் 'விவேக பாநு' என்ற தமிழ் மாதஇதழை வெளியிட்டேன். உள்ளத்தின் தன்மையை அறிந்து கொள்ளும் உள்ள உறுதியைக் கற்றுக் கொண்டேன். சண்முகம் பிள்ளையின்[59] பெருமைக்குரிய நட்பைப் பெற்றேன். சுருக்கிச் சொல்லப்படுகிற கருத்துகளைக் கேட்டு, சிந்தனை செய்து, அறிவுபெறும் தன்மையை அடைந்தேன். ஊழ்வினையின் வலிமையால் துறவினை மேற்கொள்ளாமல் அற்பத்தனம் எனும் பாழான கடலில் மூழ்கினேன். எப்போதும் இறைவனின் திருவடிகளை மிகுதியும் தொழுவேன்.

இனிச் 'சுதேசியம்' வளர்த்த செய்திகளைச் சொல்வேன்.

---

57 வள்ளியம்மை சரிதை.

58 கைவல்லிய நவநீதம்.

59 பாளையங்கோட்டை சண்முகம் பிள்ளை.

20

தன்திறன் வளர்த்தமை

என்னுடைய உடல்மீது இணையற்ற பற்றுக் கொண்டதால், என் குடும்பம் தொடங்கி அனைவர் மீதும் பற்றுக் கொண்டேன். புகழினைப் பெறுவதில் பெருவிருப்பம் கொண்டிருந்தேன். மனச்செருக்கினை அகற்றி, அன்பினை வளர்த்தேன். சைவ சித்தாந்த அவைக்குச் சென்றேன். என்னுடைய கருத்துகளை மற்றவர்களிடம் இனிமையாக எடுத்துரைக்கும் கலையைக் கைவரப் பெற்றேன். மதுரைத் தமிழ்ச் சங்கத்தில் சேர்ந்து இனிமைமிகு தமிழினை விருப்பத்துடன் வளர்த்தேன். வாலிபர் சங்கம், பெருமைக்குரிய நான்கைந்து பிரம சங்கங்கள், பிற அமைப்புகள் போன்றவற்றுக்கு விருப்பத்துடன் சென்றேன். நானும் சொற்பொழிவு ஆற்றினேன். நல்ல பேச்சாளர் என்று புகழ்பெற்றேன்.

உலகின் எந்தத் திக்கில் நடக்கின்ற செய்திகளையும், எளிதில் தெரிந்து கொள்வதற்காக செய்தித்தாள்கள் சிலவற்றைப் படித்தேன். அவற்றின் மூலம் தெரிந்து கொண்ட செய்திகளைப் பிறரும் அறிந்து கொள்ளச் சொன்னேன். நான் படித்த நூல்களின் கருத்துகளையும் அன்புடன் அனைவர்க்கும் எடுத்துரைத்தேன்.

என் முதல் மனைவி மீது என்னுடைய மருகரான முத்துசுவாமி வள்ளியம்மை சரிதம் என்ற வெண்பா நூலினை எழுதியிருந்தார். அதைப் படித்துப் பார்த்து, அப்பாடல்களைப் போலவே சொல்ல முயன்று, பாவலர் காட்டிய வழியில் நானும் எழுதினேன். அன்புக்குரிய கந்தசாமி ஐயனும், மேற்சொன்ன முத்துசுவாமியும் அவற்றைத் திருத்திச் செப்பமிட்டனர். சந்தங்களைப் பொருத்தினர். அவற்றில் சிலவற்றை என் திங்கள் இதழாகிய விவேக பானுவில் வெளியிட்டேன். உலகம் புகழும் நண்பர் வள்ளி நாயகம் மகிழ்ச்சி அடையும்படித் திருவள்ளுவர் தந்த தெய்வ மாமறையாம் திருக்குறள் பாக்கள் சிலவற்றைப் போற்றிப் படித்தேன்.

ஒளி குலையாது விளங்கும் அருமையான சங்க நூல்களில் சீவக சிந்தாமணி, சிலப்பதிகாரம், மணிமேகலை, இன்னும் சில

நூல்கள் போன்றவற்றைத் துணிவுடன் எடுத்துப் படிக்கத் தொடங்கினேன். ஆனால் முழுதும் படிக்கவில்லை. உயர்ந்த நூலாகச் சொல்லப்படும் தொல்காப்பியம் என்பது நாம் படிக்க வேண்டிய நல்ல நூல் என்று கருதினேன். அதை உரையுடன் சரியாகப் பாடம் சொல்லக் கேட்பதே முறையாக இருக்கும் என்று நினைத்தேன். அதற்காகச் சோழவந்தான் என்ற ஊரைச் சேர்ந்த சண்முகவாணன்[60] அவர்களை ஆசிரியராகக் கொண்டேன். அவர் பாடம் நடத்தினார். நான் அவர் கூறிய கருத்துகளை ஒட்டியும் வெட்டியும் பேசிக் கேட்டு வந்தேன். மனமொப்பிக் கேட்டு வந்தேன். நான் சரியாகப் பாடம் கேட்டு வந்தேன். ஆனாலும். தான் தங்குவதற்கு வீடு கிடைக்காததால், அவர் தன்னுடைய ஊருக்குச் சென்றுவிட்டார்.

நம் முன்னோடி

தமிழ்ப் பண்பாட்டின் கொடுமுடியில் வாழ்வு நடத்திய வ.உ.சி. இலகு பெருங்குணம் யாவைக்கும் எல்லை. வள்ளுவர் தெள்ளறிவில் வாழ்ந்து தமிழ் வளர்த்தார், வ.உ.சி. பழைய இலக்கியங்களுக்கு உரையெழுதி, புதிய முறையில் அச்சிட்டுத் தமிழனுக்குத் தந்தார். பிறநாட்டு நல்லறிஞர் சாத்திரங்களைத் தமிழ் மொழியில் பெயர்த்த முயற்சியிலும் அவருக்குப் பங்குண்டு. சென்ற தலைமுறையைச் சேர்ந்த வ.உ.சி. நமக்கு முன்னோடி

- ப. சீவானந்தம்

60 சோழவந்தான் அரசஞ் சண்முகனார்.

21
'சுதேசிய' வித்து

இவ்வாறாக, நான் அறிவுத் துறையில் உருவாகி வந்தபோது. என் பெரிய அத்தையுடன் சென்னைக்குப் போனேன். இராம கிருட்டினானந்தனைச்[61] சந்தித்தேன். அவர் "உலகமெலாம் பரவி வரும் உள்நாட்டுக் கைத்தொழிலை வளர்க்கவும், கைத்தொழிலைக் கற்றுக் கொள்ளவும் நீர் எத்தகைய முயற்சிகளை எடுத்தீர்?"[62] என்று கேட்டார். "இவ்வுலக வாழ்க்கையே கனவு போன்றது. எனவே, இவ்வுலகத்தைப் பற்றி நானென்ன நினைப்பது? அதற்காகத் தொடர்ந்து என்ன செயல்களைச் செய்வது? கீழ்கோடு உயர்ந்தென்ன? மேல்கோடு உயர்ந்தென்ன? வாழ்வோ அல்லது தாழ்வோ அது மயக்கம் போன்றதுதான்" என்று சொன்னேன். அவரோ, "நம் நாட்டுப் பொருட்களைப் உருவாக்குவதும் பயன்படுத்துவதும், நமக்கு நன்மைகள் பலவற்றைத் தரும். இதுவே என் கொள்கை" என்று சொன்னார்.

அவருடைய உரை என்னுடைய மெல்லிய உள்ளத்தில் விதையென விழுந்தது. என்னுடைய மனமோ, அவ்விதையைக் கெடாமல் பாதுகாத்தது. அடுத்து வந்த கார்த்திகை மாதத்தில் அருணம்[63] செல்லும் வழியில் வங்க நாட்டினர் இருவர் நாம் விரும்பும் முகிலும் மின்னலும் போல் என்னிடம் வந்தனர். அவர்களுக்கு அன்போடு உணவளித்தேன். உள்நாட்டுக் கைத்தொழில்கள் வங்க நாட்டில் தோன்றி வளர்ந்து வரும் நல்லறிவுச் செய்திகளை இனிய மழை போல் அவர்கள் பொழிந்தனர்.

---

61 இராமகிருட்டின மடத்தைச் சேர்ந்தவர்.

62 சுதேசியம் - உள்நாட்டு மூலப்பொருட்களைப் பயன்படுத்திக் கைத்தொழில் மூலம் பொருட்களை உருவாக்குதலும், பயன்படுத்தலும்.

63 அருணம் - சப்பான்.

22
வித்து விளைந்தது

என் உள்ளத்தில் விழுந்த வித்து, இரண்டு இலைகளைக் கொண்ட செடியாக முளைத்தெழுந்தது. ஓரிலை தூத்துக்குடியில் அமைந்த கைத்தொழில் வளர் சங்கம். மற்றோர் இலை சொல்லொணாப் பெருமைகள் கொண்ட தரும சங்கம். நாளும் அச்செடியை அறிவுக் கண்ணோடு பார்த்து வந்தேன். "வந்தே மாதரம்", "வாழ்க சுதேசியம்", "சொந்த தேசம், சுகம் பெற" என்ற சிறந்த சொற்றொடர்கள் அன்று எல்லா வீடுகளிலும் எழுதப்பட்டு வந்தன. இத்தகைய சொற்களின் அழகுமிகு கால்களை நட்டு, கீற்றுகள் அடுக்கிக் கயிற்றால் பிணைப்பதுபோல் வேலி கட்டினேன். போலிக் கொள்கை என்னும் பொய்யைப் பேசிவரும் சில மானிடர் போன்ற விலங்குகள் அச்செடியை நெருங்கவிடாமல் காத்து வந்தேன்.

நெருங்கிய நண்பர்களை நாளும் இணைத்துக் கொண்டு, கலந்து பேசுதல் என்னும் சிறந்த மண்வெட்டியால், ஒரே வகையான பாத்திகளைத் தொடர்ச்சியாக அமைத்தேன். மனமாகிய கேணியில் சுரக்கும் அருளாகிய நீர் இவ்வுலகை என்றும் தன்வயப்படுத்தும் தன்மையதாகும். அந்நீரை நாக்கு என்னும் ஏற்றத்தால் நாளும் நான் இறைத்து வந்தேன். பற்றுக்கோடு ஆகிய இன்சொல் என்னும் பாத்திரத்தால் நீரை வார்த்தேன். இவ்வாறாக, நாளும் வலிமை பெற்று வளருமாறு அறிவைக் கொண்டு வளர்த்தேன்.

வானில் இருந்து ஒளிவீசும் நிலாப்போல் வானளவு உயர்ந்து, திசையெட்டும் விரிவாக வளர்ந்து புகழ்பெற்றுள்ள அபேதானந்தனும் பிரமானந்தனும்[64] ஆகிய துறவியராகி உலகைக் காப்போர் இளவேனிலும் தென்றலும் போல் என்னிடம் வந்தனர்.

இப்போது நாம் வளர்த்த செடியில் பொலிவான இன்பத்தையும், ஊதியங்கள் பலவற்றையும் தரக்கூடிய மூன்று

64 விவேகாந்தனர் மடத்தைச் சேர்ந்தவர்கள்.

கனிகளைப் பெற்றுத்தரும் மூன்று மலர்கள் மலர்ந்துள்ளன.

புகழாகிய மணம் எல்லாவிடத்தும் இன்பம் அளித்து வீசவும், உயர்வு பொருந்திய இன்பம் என்பது ஒளிபோல் நிற்கவும், பலப்பல சமயங்களாகவும், பலப்பல குலங்களாகவும், பலப்பல இடங்களில் பலப்பல வகையாகச் சொல்லுதற்குரிய வடிவங்களில் தோன்றி நிற்கும் இறைவன், நாம் செய்யும் செயல்களுக்கேற்ப விளைவுகள் தருவான்.

அவ்வாறு வளர்ந்து நின்று பயன்தரவுள்ள நம்முடைய "தரும சங்க நெசவுச் சாலை" நம்நாட்டில் உருவான "சுதேசிய நாவாய்ச் சங்கம்" நம் உழைப்பில் வளரும் "சுதேசியப் பண்டக சாலை" போன்றவை பெற்ற துன்பங்களையும் அதனால் நேர்ந்த அயர்ச்சிகளையும், கிடைத்த குற்றமற்ற நன்மைகளையும் பற்றி நான் இனிக் கூறுவேன்.

சுதேசிய நீட்சி

சுதேசியமென்பது வெறும் பொருள்களோடு நிற்பதன்று. வாணிபத்தில் சுதேசியம்; கல்வியில் சுதேசியம்; ஆட்சியில் சுதேசியம் இப்படி நமது வாழ்க்கையின் எல்லாத் துறைகளிலும் சுதேசிமணம் கமழ வேண்டுமென்பதே எனது உள்ளக் கிடக்கை.

நமக்குள் நேரும் வழக்குகளைக் கூட நாமே தீர்த்துக் கொள்ள வேண்டும். அயலவர் ஆட்சி அமைத்துள்ள வழக்கு மன்றங்களுக்குப் போகக்கூடாது. ஊருக்கு ஒரு வழக்கு மன்றம், தெருவுக்கு ஓர் ஊராட்சி அவை ஏற்பட வேண்டும்.

- வ.உ.சி,

23

கப்பல் நிறுவனத்துக்கு இடையூறுகள்

சொல்லுதற்கு அரிய பெருமைகளைக் கொண்ட துணைவனே![65] நான் பூ என்று சொன்னேனே அந்த மூவகைச் சங்கங்களும் அடைந்த, சொல்ல முடியாத துன்பங்களையும், அயர்ச்சிகளையும் இச்சிறிய குறிப்பில் எல்லாவற்றையும் தொகுத்துச் சொல்ல இயலாதே! ஆயினும் ஒரு சிலவற்றைக் கூறுகிறேன்.

"இக்காலத்தில் இத்தொழிலில் வருமானம் கிடைக்காது. வெள்ளைக்காரன் புதிது புதிதாக நல்ல விருப்பமான பொருட்களை அவ்வப்போது உருவாக்கித் தருகிறான். நாம் கைத்தொழில் செய்வதென்பது மயில்முன் காகம் ஆடியதைப் போன்றது". என்று பேய்போல் பலர் பிதற்றி வந்தனர். இப்படிப் பலரும் சொன்னதைக் கேட்டு, நெசவுச் சாலைக்கு முன்பணம் கொடுப்பதாகச் சொன்ன பலரும் பணம் கொடுக்காமல் விட்டனர். நல்விருப்பத்தோடு பொருள் கொடுத்த சிலரும், அதைத் திருப்பிக் கேட்டு உடனடியாக வாங்கிக் கொண்டனர். நான் சொல்வதையே சிறப்பான உயர்கருத்தாக மகிழ்ச்சியோடு ஏற்பவனும் தன்னுடைய அறிவினால் செல்வத்தைப் பெருக்கிக் கொண்டவனுமான என்னுயிர் நண்பனான குருநாதன்[66] மட்டும்தான் பணத்தைத் திருப்பிக் கேட்டு வாங்கவில்லை. அவனும் பிறகு தருகிறேன் என்று சொன்னபடி மறதியின் காரணமாகத் தராமல் விட்டுவிட்டான்.

நாவாய்ச் சங்கம் என்ற கப்பல் நிறுவனமாகிய மலரை வாழவைக்கும் எண்ணத்தோடு இருந்தேன். என் மனைவி எனக்கு அடிக்கடி கூறிய அறிவுரைகளும் பயன் அளிக்கவில்லை. பொருள் என்னும் நீரை அடிக்கடி ஊற்றியதால், முதல் மலராகிய நெசவுச் சாலை வாடாமல் இருந்தது. வளமில்லாமல் இருந்த அதனைப்

---

65 பரலி. சு. நெல்லையப்பர்.

66 குருநாத ஐயர்; நெல்லைக் கலக வழக்கில் தண்டனை பெற்ற தலைமைக் காவலர்.

பாதுகாப்பு அரணாக இருந்து கோவில் பிள்ளை[67] பாதுகாத்து வந்தார். சிலர் கடன் வாங்கித், திருப்பித் தராமல் அவரின் வளமையைக் கறையான் போல அரித்துவிட்டனர். அந்நாட்களில் வெள்ளைக்காரர்கள் செய்த கொடுஞ் செயல்களாகிய அனற்காற்று நான்கு திசைகளிலும் வீசிச் சென்று, பின் என்னுடைய நகரிலும் புகுந்தது. செடியின் வேர் எனத் திகழ்ந்த என்னை நொடியில் பிரித்தது.

நுண்ணறிவுடைய கந்தசாமியும்[68], அருள் மிகுந்த வைகுண்டமும்[69] தம்முடைய செல்வத்தைச் செலவிட்டு நிறுவனத்தைக் காத்தனர். நிறுவனங்கள் பற்றிய தவறான செய்திகளையும், கடன் வாங்கி அழித்தல் போன்ற செய்கைகளையும் விரைவில் போக்கினர். செடி, கொடிகள் நிலவின் ஒளியில் உணவு பெறுவதைப் போல, நம்முடைய நிறுவனங்களான செடிகளுக்கு நிலையாகச் செல்வமெனும் உணவளித்து வந்தனர். இவ்வாறாக, நண்பர்கள் பொருள் என்னும் எருவிட்டுக் கண்போல் காத்ததால் அம்மலர் பெரிய வருமானம் என்னும் கனியினைத் தருவதற்காக இப்போது அருமையானதொரு பிஞ்சை விட்டுள்ளது.

கப்பலை வரவழைத்துத் தொடர்ந்து, அத்தொழிலை நடத்திப் பாதுகாத்து வருவதாகக் கூறிய நல்லபெருமாள் பிள்ளை[70] தன்னுடைய ஆளாக வருவாய் ஈட்டித்தரும் திறமை கொண்ட ஜோசப் லூயிஸ் மோத்தா[71] என்பவரை, நம்மீது கொண்ட அன்பின் காரணமாகப் பம்பாய்க்கு அனுப்பிவைத்தார். அவர் பம்பாய் சென்று கப்பலைப் பெறுவதற்காக இரண்டு மாதங்கள் கடுமையாக உழைத்தார். நமக்குக் கப்பல் தருவதாகச் சொல்லியிருந்த

67 உடையார் குளம் கோவில்பிள்ளை நாடார்.

68 நாட்டுப் பற்றின் காரணமாகத் தன்னுடைய அஞ்சலகப் பணியிலிருந்து விடுவித்துக் கொண்ட எஸ். கந்தசாமிப்பிள்ளை.

69 வைகுண்டம் பிள்ளை - வழக்குரைஞரின் எழுத்தர்.

70 சிவபுரம் நிலக்கிழார். சி.வ. நல்லபெருமாள் பிள்ளை.

71 ஜே.எல். மேத்தா.

‘ஷாலயன்’[72] என்ற கப்பல் நிறுவனத்தின் உரிமையாளர்[73] இப்போது தாம் சொல்லிய சொல்லை மீறி, கப்பல் தருவதற்கில்லை என்று கூறிவிட்டதாக அத்தரகர் மடல் எழுதி அனுப்பினார்.

ஐயோ! பணம் முதலீடு செய்திருந்த வணிகர் பலரும் அழுது வருந்தினர். என்னை வந்து சந்தித்தனர். “இறைவனை வணங்குவோம், அவனுடைய அருள் இல்லாமல் இங்கு நடப்பது எதுவுமில்லையே” என்று அவர்களிடம் சொன்னேன். அவர்கள் முருகனை வணங்கினர். நானும் சிறந்த மூல மெய்ப்பொருளை வணங்கி நின்றேன்.

இத்தொழிலில் எவ்வளவு வருமானம் கிடைக்கும் என்ற செய்தியை ‘ஷாலயன்’ கப்பல் நிறுவன உரிமையாளருக்கு விளக்கமாக எழுதித் தொலைவரி கொடுத்தேன். என்னுடைய பலாவின் கனி போன்ற இனிய பண்புமிக்க சொற்களால் எழுதி அனுப்பினேன். இப்படியாக அவர் உள்ளத்தில் வருமான ஆசையை எழுப்பினேன். இதன்பின் அவர் ஒரு முகவரை[74] நானிருந்த நகருக்கு அனுப்பினார். “நீ எனக்கு எழுதி அனுப்பியவற்றை உடன்படிக்கையாக எழுதி அனுப்பு” என்று தொலைவரி மூலம் தெரிவித்தார். அந்த முகவரும் தரைவழியாகப் பயணம் செய்து வந்து சேர்ந்தார். அவர் வந்தபிறகு இத்தொழிலில் ஆசை கொண்டிருந்த செல்வர் பலரும், நல்ல பெருமாள் பிள்ளையும் “இது செய்வதற்குக் கடினமான தொழில் என்று இப்போது தெரிந்து கொண்டோம். எம்மால் இத்தொழிலைச் செய்ய இயலாது” என்று கூறிப் பின்வாங்கினர்.

---

72 ஷாலயன் ஸ்டீமர்ஸ் கம்பெனி.

73 எஸ்ஸாஜி பாஜ்பாய்.

74 *Agent* - முகவர்.

24
கம்பலோட்டிய தமிழன்

அவர்களின் கருத்தை மாற்ற நான்பட்ட துயரங்களைச் சொல்லி மாளாது. ஆனாலும், நான் அன்புடன் பேசினேன். அச்சமூட்டியும் பேசினேன். அவர்கள் போனபிறகு திட்டினேன். நன்கு எடுத்துச் சொல்லி விளங்க வைத்தேன். பற்பல நாட்கள் இரவும், பகலுமாக நீர் கூடக் குடிக்காமல் உழைத்து அவர்களை வழிக்குக் கொண்டு வந்தேன். உடன்படிக்கைப் பத்திரத்தை எழுதினேன். சிலநாட்கள் அதைத் தொடர்ந்து படித்து, திருத்தி, ஒழுங்கு செய்தேன். பின்னர் இரு தரப்பினரும் ஒப்பமிட்டனர்.

வந்திருந்த முகவர் மகிழ்ச்சியோடு திரும்பிச் சென்றார். அதன் பின்னரும் ஏதோ சில செய்திகளை நல்லபெருமாள் பம்பாய்க்குக் தொலைவரி மூலம் அனுப்பி வைத்தார். அதனைப் பார்த்த கப்பல் நிறுவன உரிமையாளர் எதுவும் செய்து தர முடியாது என்று கூறிவிட்டார், முன்பு செய்தது போலவே இப்போதும் தொலைவரி அனுப்பி, பேருழைப்புச் செய்து, அவருடைய கருத்தை என்பக்கம் திருப்பினேன். பிறகு அவர் கொழும்புக்கு வரும் உயர்தரக் கப்பலில் பிரகுமால், சூசன்[75] ஆகியோர் உள்ளனர் என்றும். அங்குப் போய்க் கப்பலைக் கொண்டுவந்து நல்லபடியாகத் தொழில் நடத்துமாறும் கூறினார். ஐந்து நாட்களுக்குப் பிறகு. அழகுநிறைந்த கொழும்பு நகருக்கு பிரகுமாலோடு கப்பலும் வந்தது. இந்தச் செய்தியைக் கொழும்பில் வணிகம் செய்து பொருள் சேர்க்கும் தமிழ் வணிகர்கள் தொலைவரி மூலம் அனுப்பினார்கள். சோசப் லூயிசு விரைந்து சென்று அவர்களிடம் பேசினான். கப்பலில் வந்தவனோ மறுப்புச் சொல்லிவிட்டான். சிதம்பரம் பிள்ளையை வரச்சொல் என்று சொல்லிவிட்டான். அதன்படி நான் அங்குப் போனேன். பேசினேன். அங்கிருந்தவன் சரியென ஒப்புக் கொண்டான். அப்பெரிய கப்பலைப் பெருமையோடு கொண்டு வந்தேன்.

---

75 ‘ஷாலயன்’ கப்பல் நிறுவனக் கிறித்தவ ஊழியர்கள்.

25
நன்றாய் நடந்தது நாவாய் நிறுவனம்

தூத்துக்குடி வணிகர் பலரும் எம் கப்பலுக்கு ஆதரவு தந்து தம் சரக்குகளை ஏற்றினர்; இறக்கினர். போகவர இருப்போர் நம் கப்பலில் பயணம் செய்தனர். பீயைசன்[76] (B.I.S.N.) என்ற வெள்ளையரின் கப்பல் நிறுவனத்தின் தலைமை முகவர் தாயை இழந்த குழந்தையைப் போலத் தவித்தான். கப்பல் கட்டணங்கள் அனைத்தையும் உடனே குறைத்தான். தன்னை எதிர்த்தோர்க்கு நிறையப் பணத்தை இறைத்துக் கைக்கூலி கொடுத்துப் பார்த்தான். என்னென்னவோ செய்து பார்த்தும் என்னிடம் தோற்றான். பணத்தை எல்லாம் இழந்து விட்டதையும் உணர்ந்தான். இரண்டொரு நாட்களிலே ஷாலயன் கப்பலுக்கு இருபதாயிரம் வருமானம் வந்தது. ஆனாலும் வெள்ளையரின் சூழ்ச்சி வலையில் கப்பல்காரன் விழுந்தான். கொழும்புக்குச் சென்ற கப்பலைத் திடீரென வேறொரு துறைமுகத்துக்கு அனுப்பி வைத்தான். எல்லா வணிகர்களும் சரக்குகளை ஏற்றி, இறக்க முடியாமல் அலைந்தனர். அச்சம் கொண்டனர். அந்நாட்களில் அங்கு ஏசியாட்டிக் என்ற கப்பல் வந்து சேர்ந்தது. துறைமுகத்தில் இருந்த சரக்குகளை அதில் மகிழ்வுடன் ஏற்றினர்.

பேறுகள் மிக்கவரான பக்கிரி[77] முகமதுவிடம் பேசி, என் திறமையால் அவரை என்பக்கம் இழுத்தேன். வணிகர் பலரையும் அவருடைய வீட்டுக்கு வரவழைத்தேன். துணிச்சலாகச் சுதேசிய நாவாய்ச் சங்கம் என்ற நன்மலரை உருவாக்கினேன். தான் நான்கில் ஒரு பங்கு முதலீடு தருவதாகப் பக்கிரி கூறினார். பிறகு அவரவரும் பெருந்தொகை தருவதாகக் கூறி, எழுதிக் கையெழுத்திட்டனர். கப்பல் ஒன்றை உடனடியாக வரவழைக்கும்படிக் கூறினர். அதன்படி உலகின் பல்வேறு இடங்களுக்கும் கப்பல் கேட்டுத் தொலைவரி அனுப்பினேன்.

---

76 *B.I.S.N. British India Steam Navigation Company.* - வெள்ளையரின் கப்பல் நிறுவனம்

77 சுதேசி நாவாய்ச் சங்கத்துக்குத் துணிவுடன் முதலில் முதலீடு செய்தவர். இவர் புகழ்பெற்ற இசுலாமிய வணிகர். கால் பங்குகள் வாங்கியவர்.

குடிக்கூலி (வாடகை) முறையில் கொழும்பு நகரிலிருந்து ஒரு கப்பலைப் பெற்றேன். அதற்காக அதிகாரப் பத்திரம்[78] எழுதிக் கொடுத்தேன். அக்கப்பலைக் கொண்டு வந்தேன். இதுவரை திரண்டிருந்த முதலீடு அத்தனையும் அக்கப்பலுக்குச் செலவாகிப் போனது. கணக்கைப் பார்த்த பக்கிரி அஞ்சினார், மனம் நோகப் பேசினார். இடித்துரைத்தேன். அழுதார். படுத்தார்.

இன்னும் சில செயல்கள் முடிந்தபின்பு உங்கள் பணத்தைப் பெற்றுக் கொள்ளலாம் என்று கூறி கப்பல் சங்கத்தைப்[79] பதிவு செய்தேன். தோல்வி அடையாமல் இருக்கச் செய்ய வேண்டிய வேலைகளைச் செய்வதற்காகக் கடன் வாங்கிக் கொண்டு பம்பாய் சென்றேன். பல நாட்கள் கண்விழித்து உழைத்தேன். காலியோ[80], லாவோ[81] என்னும் பெயர்களைக் கொண்ட இரண்டு கப்பல்களை, நான் பணம் தருவதாகக் கடன் கூறி வாங்கிக் கொண்டு வந்தேன்.

கப்பல் நிறுவனம் என்ற நன்மலர் நல்லபடியாக மலர்ந்து நன்மையாகிய மணத்தைப் பரப்பியது. இதனால் நிறுவனம் பற்றித் தவறான மொழிகளைப் பேசிக் கொண்டிருந்தோரும், பீயைசன் நிறுவனத் திருடனும் சேர்ந்து கொண்டனர். இவர்கள் நமக்கு உதவி செய்வோரை, நம் நிறுவனமாகிய பூவின் கிளையாக இருப்போரை மாற்ற முயன்று, தம்மால் ஆனவற்றை எல்லாம் மறைவாகச் செய்து வந்தனர். இப்படியான செயல்கள் ஓரிரண்டு ஆண்டுகள் நடந்து வந்தன.

நான் நாளும் தெருக்கள் சந்திக்கும் ஓரிடம் சென்று மக்களிடைய நின்று சொற்பொழிவாற்றினேன். ஏழைகளின் துணை என்ற மண்ணை எடுத்து, நம்மைப் பதறிட வைக்கும்

---

78 Charter - அதிகாரப் பத்திரம்.

79 16.10.1906 இல் சுதேசி நாவாய்ச் சங்கம் பதிவு செய்யப்பட்டது. ஒரு பங்கு உரூபா. 25 என்ற விலையில் 40000 பங்குகள் விற்று பத்து இலட்சம் திரட்டத் திட்டமிடப்பட்டது.

80 காலியோ (S.S. Gaelia). இக்கப்பலில் 42 முதல் வகுப்பு 24 இரண்டாம் வகுப்பு, 1300 பொதுவகுப்பு பயண இருக்கைகள் இருந்தன. 400 சாக்கு மூட்டைகளைக் கப்பலில் ஏற்றலாம்.

81 லாவோ (S.S. Lawoe). இக்கப்பலை எஸ். வேதமூர்த்தி என்பவர் பிரான்சுக்குப் போய், அங்கிருந்து கொண்டு வந்தார்.

பிசாசுகள் பாழாய்ப் போகட்டும் என்றும், பிறவும் சொல்லிச் சுறுசுறுப்பு என்னும் தீயில் போட்டேன். மூலை முடுக்குகளில் இருக்கும் இருள்போல் இருந்த குறைபாடுகளை வேலையாட்கள் என்னும் விளக்குகளைக் கொண்டு விலக்கினேன். இப்படியாகப் பொய்மொழியாம் பேய்மொழி கூறுவோரும், வெள்ளையர் நிறுவனம் என்ற திருடனும் நம்மிடம் வராதவாறு வலிமையாகக் காத்து வந்தேன்.

வ.உ.சி. படைப்புகள்

மொழியாக்கம்

மனம்போல வாழ்வு - 1909
அகமே புறம் - 1914
வலிமைக்கு மார்க்கம் - 1916
சாந்திக்கு மார்க்கம் - 1934

உரை நூல்கள்

இன்னிலை விருத்தியுரை - 1971
சிவஞான போத உரை - 1935
திருக்குறள் உரை - 1935

பதிப்பாக்கம்

திருக்குறள் (மணக்குடவர் உரை) - 1971
தொல்காப்பியம் - எழுத்து (இளம்பூரணர் உரை) - 1928

பாடல் நூல்

பாடல் திரட்டு - 1915

தன் வரலாறு

முதல் பகுதி - 1916

இரண்டாம் பகுதி - 1930

மெய்யியல் நூல்கள்

மெய்யறம் - 1914

மெய்யறிவு - 1915

அரசியல் நூல்

அரசியல் பெருஞ்சொல் கட்டுரைகள் - 1927

வ.உ.சி. கண்ட பாரதி (தொகுப்பு - 1946)

26
பண்டகசாலைப் பாதுகாப்பு

கப்பல் நிறுவனத்தில் முதலீடு செய்திருந்த சிலர்[82] என்மீது பொறாமை கொண்டனர். நம்மைவிட எளியவனும், சிறியவனும் ஆன இவன், நம்மைவிடப் பெரும்புகழை அடைகிறானே! அவனை நீக்கிவிட்டு நாமே நிறுவனத்தை நடத்தலாம் என்று எமன்போல் என்மீது குறிவைத்தனர். என்னுடைய அறிவும், உயிரும், ஐம்பொறியும் போன்ற மிகச்சிறந்த நண்பனான வெங்கிடராம நாயகன் என்பவனின் ஊருக்குப் போனேன். அவனிடம் பண்டகசாலை என்னும் வளர்ந்துவரும் நிறுவனத்தின் பொறுப்பை ஏற்றுப் பாதுகாக்குமாறு கூறினேன். அவனோ, "இத்தனை தொலைவு வந்ததேன்? முடிவில்லா முயற்சிகள் செய்பவனே! ஒரு கடிதம் எழுதி அனுப்பியிருந்தால், நான் வந்து பொறுப்பு ஏற்றுக் கொண்டிருப்பேனே" என்றான். "அவன் குடி வாழ்க!" என்று வாழ்த்திப் பண்டக சாலையைப் பாதுகாக்கும் பொறுப்பை அவனிடம் ஒப்படைத்தேன். கற்கண்டுபோல் இனிக்கும் கனியைக் கொடுக்கும் காய், இப்போது அந்நிறுவனத்தில் உருவாகியுள்ளது.

எமனைப் போன்றோர் "நாவாய் நிறுவனத்திற்கு அதிக தொகை தேவைப்படுகிறது. நீ உடனே போய் பொருள் திரட்டி வா!" என்று கூறி மெள்ள என்னைக் கள்ளிக்கோட்டைக்கு அனுப்பி வைத்தனர். அவர்களின் மனத்தில் உள்ளது எதுவெனப் புரிந்து கொண்டேன். பின் அவர்கள் பேசியும், எழுதியும் என்னை அங்கே போ! இங்கே போ! என்றனர். இவர்கள் என்னுடன் இருப்பது என்னுயிர் போன்ற நாவாய் நிறுவனத்துக்குத் துன்பம் தரும் என்று கருதிய நான் வடக்கே உள்ள பல நகர்களுக்கும் மகிழ்வுடன் போனேன். பிறகு வடக்கிலிருந்து வந்து என்னுடைய நகருக்கு வந்து சேர்ந்தேன்.

---

82 நெல்லை வழக்குரைஞர் குருசாமி ஐயர் முதலியோர்.

27
பதவி விலகலும் - இணைதலும்

எமனைப் போன்றோர் என்னுடைய வேலையில் இருந்து நான் நீங்கவேண்டும் என்று விரும்பினர். மிகவும் நல்லதென உடனே பதவி விலகல் கடிதத்தை எழுதிக் கொடுத்தேன். உடனே என்னுடன் என் உடல் போலிருந்து நிறுவனத்துக்காக உறுதியாக உழைத்தவர்களும், நேர்மையாகக் கப்பலைக் காத்தவர்களுமான ஆறுமுகம்[83], அருணாசலம்[84] உள்ளிட்ட அன்பர் பலர் வெகுண்டெழுந்து சென்று "அவர் இல்லாமல் நாவாய் ஒரு நாளும் உருப்படாது" என்று கூறினர். அவர்களைப் பின்தொடர்ந்து சென்ற நான், அவர்களை அமைதிப்படுத்தி அழைத்து வந்தேன்.

"அவனை நாங்கள் நீக்கவில்லை. அவனே நீங்கிக் கொண்டான். அவனை நாங்கள் திருப்பி அழைத்துக் கொள்வோம்" என்று கூறிவிட்டு, என்னை அழைத்து "நீ நிறுவனத்தின் முகவர்" என்றனர். நானும் வெட்கத்தை விட்டுச் சரியென ஒப்புக்கொண்டேன். அவர்களில் ஒருவன், "ஆ! ஆ! முகவர் என்ற பொறுப்பு அவனுக்குக் குறைவற்ற புகழை இன்னும் அதிகமாகத் தருமே! கண்காணிப்பாளர்[85] என்ற பொறுப்பைத் தருவோம்" என்று கூறினான். எப்பெயரில் நம்மைச் சொன்னாலும் சரி, நாவாயைக் காப்பது நம் கடமை என்று ஏற்றுக்கொண்டேன். வெள்ளையரின் கப்பல் நிறுவனத்தைச் சார்ந்திருந்த வணிகர்களை நம் கப்பலுக்கு வருமாறு அழைத்து வந்தேன்.

இனி, அறச்செயல்களை விடுத்து மறத்தின் ஆட்சியை நடத்தும் ஆள்வோரின் கொடுஞ் செயல்கள் பற்றிக் கூறுவேன்.

---

83 சி.த. ஆறுமுகம் பிள்ளை.

84 வணிகர் அருணாசலம் பிள்ளை.

85 *Superindentent* - கண்காணிப்பாளர்.

28
நாட்டுப் பணியில் நாட்டம்

கப்பல் நிறுவனம் என்ற நன்மலர் பூத்துக் குலுங்குவதைக் கண்டனர் ஆள்வோர். "அப்பப்பா! இவன் நமக்குக் கடுமையான பகை" என்று கருத்துக் கொண்டனர் அதை மேலிடத்துக்கு எழுதி அனுப்பினர். நாள்தோறும் என் செயல்பாடுகளில் குற்றம் கிடைக்குமா என்று தேடித் திரிந்தனர்.

தூத்துக்குடி மக்கள் ஏற்றுக் கொள்ளும்படியான கருத்துகளை அந்நகரின் பல்வேறு இடங்களில் நடந்த பல்வேறு கூட்டங்களில் நான் பேசியிருந்தேன். திருநெல்வேலியில் நடந்த மாகாண மாநாடு என்னும் மக்கள் கூட்டத்திடையே நான் பேசியிருந்தேன். பாளையங் கோட்டையில் சொற்பொழிவாற்றி இருந்தேன். காளையப்பர் கோயிலின்[86] முன் நடந்த கூட்டத்தில். உரையாற்றி இருந்தேன். மதுரையில் பாவலர் பெருமக்களைக் கூட்டி, நாளுக்கு ஓரிடமாகப் பல்வேறு நிகழ்ச்சிகளை நடத்தியிருந்தேன். பம்பாய்க்குச் சென்று பலநாட்கள் தங்கியிருந்து கப்பல் வாங்க முயன்றேன். அப்போது மிகுந்த நோய்கண்டு வாடிக்கிடந்த என் மூத்த மகனைப் பார்க்கக் கூட வராமல், நாட்டுக்கான பணியினைச் செய்திருந்தேன். கங்கையில் குளித்தது, காசியில் தங்கியது, வங்க நாட்டுக்குச் சென்றது, இளைஞர்களைக் கூட்டிப் பேசுவது போன்றவற்றில் ஈடுபட்டேன், சென்னைக் கடற்கரை, அங்காடிகள் போன்ற இடங்களில் நடந்த நிகழ்ச்சிகளில் அறிவுக் கூர்மையுடன் பேசினேன்.

கூடலூரில் உரையாற்றினேன். அங்குக் கூட்டுறவுச் சங்கத்தை உருவாக்கினேன். சிதம்பரத்துக்குப் போய் அங்குப் பலரையும் ஒன்று திரட்டி "நாட்டு விடுதலையே இன்பம் பெறும் வழி" என்று உரையாற்றினேன். தஞ்சை மக்களிடையே அவர்களின் மனம் மாறுமாறு உரையாற்றினேன்.

கொழும்பு சென்று கப்பலின் உரிமைப் பங்குகளை வாங்கினேன். அழுகின்ற துன்ப நிலைக்கு வந்த கப்பல்

---

86 காளை வாகனத்தை உடைய நெல்லையப்பர்.

நிறுவனத்தின் இடர்களை நீக்கினேன். நாட்டு மக்களின் நன்மதிப்பைப் பெற்ற சிவசிதம்பரம் என்பவரை கப்பல் நிறுவனத்தின் இலங்கை நாட்டு முகவராக அமர்த்தினேன். அங்கிருந்த வணிகர் சிலரின் ஆதரவைப் பெற்றேன்.

நல்ல நெறிகளைப் பின்பற்றி வந்த காங்கிரசு சூரத்து மாநாட்டில் வீரமின்றி அழிந்தது; இந்திய தேசியக் காங்கிரசாக உருவெடுத்தது. சூரத்து மாநாட்டில் நான் கலந்து கொண்டேன். திலகர் முதலிய நாட்டு விடுதலையை நாடும் அன்பர்கள் என்னோடு பலமுறை பேச்சு நடத்தினர். காங்கிரசுக் கட்சியின் சென்னைக் கிளைச் செயலாளராகப் பணியாற்றும் பேறு பெற்றேன். சுப்பிரமணிய சிவாவோடு சேர்ந்து கூட்டங்களில் உரையாற்றினேன். பாரதத் தாயைத் தொழுதேன். நாங்குநேரி[87] என்னும் ஊருக்குச் சென்று தேனினும் இனிய கனியாக என் சிந்தையுள் இனிக்கும் என்னுயிர் நண்பர் குருநாதனை அழைத்து வந்தேன். கப்பலுக்கு வருமானம் வரும் வழிகளை வளர்த்தேன். இவைபோல் நான் இன்னும் செய்த பிற செயல்கள் ஆகியன இந்த நாட்டை ஆள்வோரைத் திரும்பிப் போகச் செய்யும் மாயச் செயல்கள் என்று மதிப்பிட்டு ஆள்வோர் மயங்கினர்.

---

87 திருநெல்வேலிக்கு அருகிலுள்ள ஊர்.

29

வேலை நிறுத்தமும் வெள்ளையரின் மிரட்சியும்

தூத்துக்குடியில் இருந்த வெள்ளை அதிகாரிகள் கூடிக் கலந்து பேசி, சூழ்ச்சி வலை பின்னினர். கோரல் ஆலையில்[88] பணிபுரிந்த தொழிலாளர்கள், "நாள்தோறும் கொடுமை செய்து வயிற்றில் அடிக்கிறார்கள் நாளுக்கு நாள் துன்பம் பெருகி வருகிறது. சம்பளத்தைக் கூட்டித் தந்து எங்கள் வறுமையைப் போக்கினால், வேலைக்கு வருவோம். இல்லாவிட்டால் வரமாட்டோம்" என்று கூறி இரவு முதல் வேலை நிறுத்தம்[89] செய்தனர். இதனால் பெரும் வறுமை அடைந்தனர். நான் இந்த நிலையை என்னுடைய நண்பர்களிடம் கூறினேன். அவர்கள் பலரிடமும் பொருள்திரட்டி அரிதாகப் பெய்கின்ற மழையைப் போன்ற நற்செயல் செய்து, தொழிலாளர்களைக் காத்தனர்.

நம்நாட்டு மக்களிடையே ஏற்படும் வழக்குகளில் தகுதியானவற்றை அமைதியான முறையில் பேசி எம்மால் ஆகக் கூடிய வகையில் தீர்த்து வைக்கவும்.

கைத்தொழில்கள் பலவற்றையும் நம் மக்களுக்குக் கற்பிக்கும் படியாகக் கைத்தொழில் பள்ளி ஒன்றினை விரைவில் அமைக்கவும்.

மக்கள் கடினமாக உழைத்துச் சம்பாதித்து வைத்துள்ள பொருட்கள் எல்லாவற்றையும் தாங்களே காவல் ஏற்பாடுகளைச் செய்து பாதுகாத்துக் கொள்ளவும் விரும்பி ஓர் ஏற்பாடு செய்தோம். சென்னை ஜனசங்கம் என்ற அமைப்பின் தூத்துக்குடி கிளை என்று சொல்லத்தக்க வகையில் ஓர் அமைப்பை ஏற்படுத்தினோம்.

வெள்ளையரின் கப்பலுக்கு ஆதரவு தந்து கொண்டிருந்த

---

88 கோரல் ஆலை - இது ஒரு பஞ்சாலை. இங்கு பணி புரிந்த 2000 தொழிலாளர்களிடம் 12 மணி நேரம் வேலை வாங்கப்பட்டது. விடுமுறை என்பதே கிடையாது. சம்பளம் மிகக் குறைவு. அடி, உதைக்கும் குறைவில்லை.

89 தொழிலாளர் வேலை நிறுத்தம் 1908, பிப்ரவரி 27 இல் தொடங்கியது. மார்ச் 6 வரை 9 நாட்கள் நடைபெற்றது.

சிலரும் முழுக்கவும் அதை விலக்கி, நம் கப்பலுக்கு ஆதரவு தர முன்வந்தனர்.

இச்செயலைக் கண்ட வெள்ளையர் பொங்கி எழுந்தனர். இவன் கட்டாயம் நினைத்ததை நடத்தி முடிப்பான். வெளியில் வர முடியாதபடி இவனை விரைவில் சிறையில் அடைத்து, வருந்தச் செய்து மகிழ்வோம் என்று பலரும் சேர்ந்து சூழ்ச்சி செய்தனர். அதன்பின் நடந்த நிகழ்ச்சிகள் அனைத்தும் மகிழ்ச்சிக்குரியன.

வெள்ளையர் உள்ளுக்குள் அஞ்சினாலும். நம்மை அழித்து விட்டதாக எண்ணி, கூத்தாடித் திரிந்தனர். என்னைக் கெடுக்கும் செயல்கள் பலவற்றையும் திட்டமிட்டனர். தூத்துக்குடி நகரில் இருக்க அஞ்சி, கடலில் இருந்த கப்பலில் போய்ப் படுத்துக் கொண்டனர். அவர்கள் ஒவ்வொரு நாளும் வெளியே செல்லும்போது. "வந்தே மாதரம்" என்னும் முழக்கம் தம்மை நெருங்கி வந்து அடிப்பதாக எண்ணி அலறினர். இவற்றை யெல்லாம் துணை ஆட்சியரான பிரேக்கன் என்பவரிடம் கூறினர். அவன் அவர்கள் மீது இரக்கப்பட்டு மேலிடத்திற்கு எழுதி அனுப்பினான்.

> நீண்ட நாட்களாக மகப்பேறின்றி அருந்தவம் செய்துவந்த பெண்ணொருத்தி ஒரே நேரத்தில் இரண்டு பிள்ளைகளைப் பெற்றால் எவ்வளவு பெரிய மகிழ்ச்சி பெறுவாளோ - அதுபோல அளவற்ற மகிழ்ச்சியை நம் பாரதத் தாயும் இந்த இருபெரும் கப்பல்களைக் பெற்றமைக்காக பெறுவாள் என்பது உறுதி.
>
> - பாரதியார் 'இந்தியா' இதழில்

30
விடுதலை முழக்கம்!

அதற்குரிய விடைக் (பதில்) கடிதம் அவனுக்கு வந்தது. அதன்படி "தெருக்கள் சந்திக்கும் இடங்களிலும், மக்கள் கூடும் பொது இடங்களிலும் சிதம்பரம் பிள்ளையும், சுப்பிரமணிய சிவாவும் பேசக்கூடாது" என்று ஆணையிட்டான். அந்த ஆணையை எதிர்க்க எண்ணினோம். "தெருக்கள் சந்திக்கும் இடங்களிலும், மக்கள் கூடும் பொது இடங்களிலும், அடிக்கடி சொற்பொழிவாற்றுகின்ற இடங்களிலும் நாளைக்கு என்றும் போல பத்மநாபன்[90] உரை நிகழ்த்துவார். பின்னர், தரும சங்க நெசவுச் சாலையில் சிதம்பரமும், சுப்பிரமணிய சிவமும் பெருமைமிக்க "சுதேசியம்" பற்றிப் பேசுவர். அவ்விடத்திற்கு ஆட்சியாளர் வரக்கூடாது" என்று நல்லவனான சண்முகசுந்தரம்[91] எல்லாத் தெருக்களுக்கும் விரைந்து சென்று விளம்பரம் செய்தான். சினமடைந்த வெள்ளையர் நாய்போல் குரைத்தனர். ஆட்சிக்குக் குறை நேர்ந்தது என்றனர். விஞ்சு[92] என்னும் அதிகாரிக்கு தொலைவரி (தந்தி) மூலம் இதுபற்றிய பல்வேறு செய்திகளை அனுப்பி வைத்தனர். மறுநாள் மாலையில் பிரேக்கன் என்னும் அதிகாரியோடு பேச்சு நடத்திக் கொண்டிருக்கையில், விஞ்சு வந்தான்.

அவன் இரக்கத்துடன் என்னை மேலும் கீழும் பார்த்தான். "நீ இங்கு ஆட்சியை அழிக்கும் செயல்களை ஏன் செய்கிறாய்? நாங்கள் ஆயுதங்களைக் கையில் எடுப்போம். உங்களைக் கொடுமை செய்வோம்" என்று சொன்னான். தன்னிடம் இருந்த சண்முகசுந்தரம் விளம்பரம் செய்த தாளை எடுத்து என்னிடம் கொடுத்தான். அதைப் படித்துப் பார்த்தேன். அவனிடம் "ஐயா! நான் மறுமொழி சொல்கிறேன். நான் செல்வதைக் கேட்டபின் என்மீது பிழையில்லை என்பதை நீங்கள் உணர்வீர்கள். பொறுமையோடு கேட்டுவிட்டுப் போங்கள். இழிவான சொற்களை இங்கே பேச வேண்டாம்" என்றேன்.

---

90 பத்மநாப ஐயங்கார் - நெல்லை பிணை வழக்கு எதிரிகளில் ஒருவர்.

91 பரலி சு. சண்முக சுந்தரம் பிள்ளை.

92 விஞ்சு (L.M. Wynch) - நெல்லை மாவட்ட ஆட்சியர்.

மேலும், "ஐயா! உங்களின் முந்தைய ஆணையை இந்த விளம்பரம் எந்த வகையில் இகழ்ச்சி செய்தது?" என்று கேட்டேன். துணைக் கண்காணிப்பாளரோ. "இங்கே இவன் உங்களின் மனம் இரங்கும்படி சொல்வதைக் கவனிக்க வேண்டாம். தரும சங்க நெசவுச் சாலைக்குள் நாம் சென்றால், கலகம் உண்டாகும்" என்றான். மேலும் "நேற்று இந்த ஆணை வந்தபின்பும் அவன் பெரிய அளவில் சொற்பொழிவாற்றினான். இன்று திரும்பவும் வந்து நின்று, இங்கும் அங்கும் சொற்பொழிவு நடத்தப் போவதாகக் கூறுகிறான்" என்றான்.

"தரும சங்க நெசவுச் சாலை தனியாருக்குச் சொந்தமான கட்டிடம். ஒருவரின் சொந்த உடைமையாக உள்ள இடத்தில் நாங்கள் பேசும்போது, அங்குக் காவலர் வரக்கூடாது என்று கூறியது குற்றமா! அங்குக் காவலர் வந்தால், அச்செயல் மக்களின் மனத்தில் எரிச்சலை ஏற்படுத்தும் என்று நினைத்தோம். நான் இங்குப் பேசமாட்டேன். ஆனால், என்னுடைய இடத்தில் இருந்து பேசுவது குற்றமா?" என்று கேட்டேன். துணை கண்காணிப்பாளர், "நீ சொன்ன இடத்திற்குப் படையோடு நாங்கள் வந்து கவனிப்போம்" என்றான். நான் "நடப்பதை நன்றாகப் பாருங்கள்" என்றேன். "தனிப்பட்ட ஒருவருக்குச் சொந்தமான இடத்திற்குக் காவலர் வருவார்கள் என்று எந்த அறிவோடு கூறுகிறாய்? சட்டப்படி தவறாயிற்றே?" என்று கூறி, அவனிடம் சிலவற்றைச் சொன்னேன்.

விஞ்சு, "நீ உன் வேலையைச் செய்துகொள்! ஆனால் கடற்கரையில் பேச இருப்பதை மட்டும் நிறுத்திக்கொள்" என்றான். "இன்று நான் அங்குப் பேசுவேன். வேறு வழியில்லை" என்று கூறிவிட்டேன். நானும் கடற்கரைக்கு நடந்தே போய்ச் சேர்ந்தேன். கடற்கரை ஓரமாக அங்கிருந்த வெற்று நிலத்தில் காவலராகிய நாய்கள் பொழுது சாயுமுன்னரே வந்தனர். அளவில்லா எண்ணிக்கையில் துமுக்கி(துப்பாக்கி)கள் கொண்டு வந்திருந்தனர். நம்மைக் கடிப்பது போலப் பேசிக்கொண்டு நின்றனர். பத்மநாபன் பேசுவதற்காக எழுந்தான். மக்கள் கூட்டத்திடமிருந்து பேரோசை எழுந்தது.

உடனே நான் எழுந்தேன். “நல்ல நண்பர்களே! நாம் அதிகமாக ஓசை எழுப்பினால் காவலர் நம்மைத் தாக்குவார்கள். நாம் விரும்பாத செயல்கள் பெரிய அளவில் நடக்கும்” என்று கூறினேன். உடனே அனைவரும் கீழே உட்கார்ந்து அங்குக் கூறியவற்றை எல்லாம் மகிழ்ச்சியுடன் கேட்டனர்.

நான் சொற்பொழிவு செய்யத்தான் எழுந்திருக்கிறேன் என்று கருதிய காவல் நாய்கள் துமுக்கிகளைத் தூக்கிக் கொண்டு எழுந்து நின்றனர். அவர்களிடம் நான் கூறியதைக் கேட்டதும் குழப்பமாகி விழித்தனர். “சோர்வடையாதீர்! நான் இங்கு உரை நிகழ்த்த வரவில்லை. அரசின் உத்தரவை மீறமாட்டேன். உம்முடைய பேச்சை மீறமாட்டேன். மனம் குழம்பித் திகைக்காதீர்கள்!” என்று கூறினேன்.

பின் மக்கள் கூட்டத்தைப் பார்த்து “இங்கு கூறியவற்றைக் கவனமாகக் கேட்டீர்கள். இனி, தரும சாலைக்குச் செல்வோம். அன்று நேற்றுப் பேசிய இந்த அன்பனும், நானும் ‘சுதேசியம்’ பற்றிய சில செய்திகளை உங்களிடம் சொல்வோம். இந்த வழியாக வாருங்கள்.” என்று கூறி எட்டி நடந்தேன். மக்கள் அனைவரும் என் பின் வந்தனர். காவலர் வரவில்லை. நம் சிவம் எனக்குப் பின்னால் பாதுகாப்புச் செய்து வந்தார். “மறுநாள் பள்ளிவாசல் பேட்டையில்[93] இருவரும் சிறப்பான சொற்பொழிவு செய்வர்” என்று ஒரு விளம்பரம் எங்கும் பரப்பப்பட்டது. இதை உலகநாதம் பிள்ளை நன்கு செய்திருந்தார்.

இதைக் கண்டதும் ஆட்சியர் விஞ்சு “அவர்கள் தரும சாலையின் கதவைப் பூட்டிக் கொண்டு, நாட்டுப்பற்றை ஊட்டும்படி உணர்வுடன் பேசுவார்கள். வழக்கமாக நாம், அவர்கள் பேசுவதைக் குறிப்பு எடுப்போம். இப்போது அதுவும் முடியாதே” என்ற கருதினான். எனவே, முன் சொன்ன ஆணையைத் திரும்பப் பெற்றான். அவனைச் சந்தித்துப் பேச வருமாறு அன்புடன் சிலர்க்கு அவன் கடிதம் எழுதினான். நானும் அவர்களில் ஒருவனாக அவனிடம் சென்றேன். அங்கு நடந்ததெல்லாம் தேனையும், சளியையும் ஒத்ததாக இருந்தது.

---

93 தூத்துக்குடி பள்ளிவாசலைச் சேர்ந்த வண்டிப் பேட்டை.

விளம்பரம் செய்திருந்தபடியும், தன் விருப்பப்படியும். சிவம் சிறப்பான சொற்பொழிவுகளை ஆற்றி வந்தார். பொது இடங்களில் பேசக்கூடாது என்ற ஆணை ஒழிந்ததால், நாட்டு விடுதலையை மக்களிடம் நாட்டிட நாள்தோறும் பல்வேறு இடங்களுக்குச் சென்று உரைமழை பொழிந்தார் சிவம். அவருடைய உரைகள் கைகள் உள்ள அரிமாவின் (சிங்கத்தின்) பிளிறலைப்போல் இருந்தன. ஊர் மக்கள் எல்லாரும் ஒன்று கூடிக் கேட்டனர். பெருமைமிகுந்த 'சுதேசியத்தைச்' சிறப்பாக நாடினர். நம்முடைய கப்பல் தொழிலும் நன்றாக நடந்தது.

31
விபினர் விடுதலைக் கொண்டாட்டம்

"வங்க நாட்டில் தம்முடைய கடுமையான சிறைத் தண்டனைக் காலம் முடிந்து[94] விபின சந்திர பாலர் விரைவில் விடுதலையாக இருக்கிறார். அவரின் ஒரு விடுதலை நாளில் நாம் சில கொண்டாட்டங்களை நிகழ்த்த வேண்டும்" என்று சிவம் என்னிடம் ஒருநாள் சொன்னார். பாலரின் படத்தை நகர்வலம் செய்ய வைப்பது என்றும், அந்நகர் வலத்தில் சான்றோர் பலரையும் கலந்து கொள்ளச் செய்வது என்றும் அன்றைய நாளில் தரும வைத்திய சாலை, தரும புத்தக சாலை என்ற அமைப்புகளை ஏற்படுத்துவது என்றும் பேச்சுக் கலையில் ஆர்வமுள்ள நம் நண்பர்கள், அதைக் கற்பதற்கான பயிற்சிப் பள்ளி ஒன்றை நிறுவுவது என்றும் அன்றைய நாளில் சுயராச்சியம்[95] என்ற பெயரில் செய்தி இதழ் ஒன்றைத் தொடங்குவது என்றும் திட்டமிட்டுச் சொன்னார்.

---

94 அரவிந்த கோசு மீது தொடுக்கப்பட்ட பொய் வழக்கில் அரசுத் தரப்பில் சான்று சொல்ல மறுத்ததற்காக வழக்குமன்றத்தை இழிவு செய்ததாகத் தொடரப்பட்ட வழக்கில் 6 மாதங்கள் சிறை சென்றவர்.

95 பரலி. சு. சண்முகசுந்தரம்பிள்ளை அவர்களை ஆசிரியராகக் கொண்டு, விபின சந்திர பாலர் அவர்கள் விடுதலை ஆகும் நாளில் வெளியிடத் திட்டமிருந்த இதழ். ஆட்சியாளரின் தடையால் அது வெளிவரவில்லை.

“இந்த இதழைப் பற்றி நகரில் உள்ளவர்களிடம் சொல்லி அவர்களிடம் ஆண்டுக் கட்டணம் வாங்க வேண்டும். ஒவ்வொருவராகச் சந்தித்து வாங்குதல் சரிப்படாது என்பதால் இதழைப் பெற விரும்புவோர் தம் வீட்டின்முன் இதழின் பெயரான சுயராச்சியம் என்பதைப் பெரிய எழுத்தாக எழுதி வைத்தால், அங்கு வந்து இதழைக் கொடுப்பது எளிதாக இருக்கும்” என்றும் சொன்னார்.

“பாலர் சிறையிலிருந்து வருகிற நாள் இந்த நாடும் மீட்சி அடைகிற நாளாக இருக்கும். அன்று ‘சுயராச்சியம்’ என்ற இதழ் தோன்றும். நாம் அன்று நம் நாட்டின் விடுதலைக் கொடியை உயர்த்திப் பிடிப்போம். இதழுக்குக் கட்டணம் செலுத்துவோர் தம் இல்லங்களில் விடுதலைக் கொடியை ஏற்றி வைத்தால் அவர்களின் இல்லம் எதுவென்பதை நாம் அறிந்து கொள்ளலாம்” என்றும் கூறினார். அவர் முன்பு என்னிடம் கூறியவற்றை நான் இங்கே விளக்கிக் கூறினேன்.

32. வந்தான் 'ஆசு'

முன்பு நாம் அமைத்த சங்கத்தை மக்கள் பலரும் தம் தாய்போல் கருதி விரும்பி வந்து சேர்ந்து வேலைகள் செய்தனர். இதனால் சங்கம் வளர்ந்து நற்பயனாகிய மணம் வீசி நின்றது. நன்மை தீமைக்கு பண்டிதச் சகோதரர்கள் நாளும் உதவிசெய்து வந்தனர். இன்னும் அங்கு நடைபெற்ற பல்வேறு செயல்களைப் பார்த்து நான் மகிழ்ந்தேன். திருமந்திரநகரில்[96] நடக்கும் செயல்களால் நமக்குத் தனியரசு ஏற்படும் என்று கூறினேன்.

அப்படி நான் சொன்னதைத் தவறான பொருள் கொண்ட வெள்ளையர். "அவர்கள் சொன்ன நாளில் சொன்னபடி, எம் உயிரை எல்லாம் எடுத்துவிட்டு அவர்கள் சொன்ன விடுதலைக் கொடியை ஏற்ற இருக்கிறார்கள்" என்று மேலிடத்திற்கு எழுதி அனுப்பினார்கள். அதற்குப் பின் அவர்கள் நாளும் கூடிப் பேசினர். "நாம் இவர்களை வஞ்சகம் செய்து அழிக்க வேண்டும். அவர்கள் சொற்பொழிவாற்றும்போது பெருங்கூச்சல். எழுந்தால், அதைப் பயன்படுத்தி அவர்கள்மீது சுட்டுக் கொல்லலாம். ஆனால், அவர்கள் எதற்கும் இடம் கொடுக்காமல், ஊக்கத்தோடு இருக்கிறார்கள்" என்று பலவாறு பேசி ஏங்கிக் கிடந்தார்கள். இப்படியிருக்கையில் அவர்களின் விருப்பத்தை நிறைவேற்றும் வகையில் இணைக் குற்றவியல் நடுவராக ஆசு[97] என்பவன் வந்தான்.

"என்னைக் காண வருக!" என்று எனக்குக் கடிதம் அனுப்பினான். இச்செய்தியைக் கேள்விப்பட்ட என் உயிரனைய நண்பர்கள் என்னிடம் விரைந்து வந்தனர். "காலையில் இச்செய்தியைக் கேள்விப்பட்டோம். உன்னுடைய உயிரைப் போக்குவதற்கு அவன் சூழ்ச்சி செய்திருக்கிறான். அவனிடம் பேசுவது வீண்கதை என்று எண்ணிப் பேசுவதை விடு. அவனைக் காணப் போக வேண்டாம்" என்றனர். "குற்றமற்ற நெஞ்சுடைய

---

96 திருமந்திர நகர் - தூத்துக்குடி.

97 மணியாச்சியில் வாஞ்சிநாதனால் சுட்டுக் கொல்லப்பட்ட ஆஷ்துரை *(William D'Estecourt Ashe)*.

நண்பர்களே! நீங்கள் சொன்னதைக் கேட்டேன். உயிரை நீக்குவதற்கான ஊழானது, வலிமையோடு வருமானால் நம்மால் அதைத் தடுக்க முடியுமா? போகாமல் சும்மா இருப்பது சரியாகுமா?" என்று சொல்லிப் புறப்பட்டேன். என்னுயிர் போன்ற மகாதேவன்[98] வலுக்கட்டாயமாக என்னுடன் வந்தான்.

'ஆசு'வைப் போய்ப் பார்த்தேன். "அழகிய கோரல் ஆலையை ஏன் வீணாக்கினாய்? சொல்!" என்றான். "கூலியாட்களைச் சாகடிப்பதுபோல் கொடுமை செய்ததால், அவர்கள் வருத்தப்பட்டு வேலை நிறுத்தம் செய்தனர். அவர்களுக்கு வேண்டியவற்றைக் கேட்டிருக்கிறேன். நான்கு நாட்களில் நல்லது நடக்கும்" என்றேன். தன்னுடைய படையின் வலிமையைப் பற்றி என்னிடம் சொன்னான். "படை இல்லாத எம்மிடம் நீ இதைச் சொல்வது நல்லதன்று" என்று கூறி எழுந்தேன்.

98 சிரிவைகுண்டம் வழக்குரைஞர் டி.ஆர். மகாதேவ ஐயர்.

33
தொழிலாளர் வெற்றி

கோரல் நூற்பாலையின் முகவர் சுப்பிரமணியன்[99] என்பவரை என்னிடம் அனுப்பி கெஞ்சிச் சொல்லச் சொன்னதாவது: இனிமேல் அவரவர்க்கும் அரைப்பங்கு சம்பளம் உயர்த்திக் கொடுக்கப்படும். ஞாயிறு அன்று விடுமுறை தரப்படும். ஆலைக்கு வெளியே சென்று சாப்பிட்டுவிட்டு வரப் போதிய நேரம் தரப்படும். தவிர்க்க முடியாத காரணமென்றால், சம்பளமில்லா விடுப்புத் தரப்படும் என்று சொல்லி அனுப்பியிருந்தார். நான் அவரிடம் இன்னும் நான்கைந்து நிபந்தனைகளை இதமாக எடுத்துச் சொன்னேன். தொழிலாளர்களை அழைத்துப் பேசி, அறிவுரைகள் கூறி, அவர்களை வேலைக்கு[100] அனுப்பி வைத்தேன்.

மாலையில் 'விஞ்சு'வும் வழக்குரைஞர் சிலரும் என்னுடைய நகரத்திற்கு வந்து சேர்ந்தனர். குருசாமி ஐயன் என்னைக் கூப்பிட்டுவர ஆள் அனுப்பினார். நானும் சென்றேன். மறுநாள் புறப்பட்டுப் பம்பாய்க்குச் சென்று அங்கு ஒருமாதம் தங்கிவிட்டு வருமாறும், இன்னும் சில செய்திகளையும் அவனுடைய தம்பியின் மூலமாகச் சொன்னான். குருநாதனிடமும், சிவத்திடமும் நிகழ்ந்தவற்றைக் கூறினேன். "நீ ஒருபோதும் அதற்கு உடன்பட வேண்டாம்" என்றனர். அந்தச் செய்தியை ஐயர்க்குத் தெரிவித்தேன். எமனைப் போன்றோர், "சொன்னதைச் செய்வாய்! இல்லாவிட்டால் நம் கப்பல் நிறுவனத்துக்குப் பெரிய துன்பம் வரும்" என்றனர்.

"ஈசன் செயலைத் தடுப்பவர் யார்? அழிவு வந்தால் நீரோ, நானோ தடுக்க முடியுமா? ஐயரே! சொல்லுங்கள். நான் பதவி விலகல் கடிதத்தைக் கொடுக்கிறேன். கப்பலை இயக்குவது பற்றிய செய்திகளைப் பிறகு விளக்கமாகச் சொல்வேன். நீர் கப்பலை ஓட வைத்தாலும் சரி, அழித்தாலும் சரி எனக்கொரு

99 கோரல் ஆலையின் இயக்குநர்களில் ஒருவரும், 'மில்லாபீஸ் பிள்ளை' என்று வழங்கப்பட்டவருமான சுப்பிரமணிய பிள்ளை.

100 9 நாட்கள் நடந்த கோரல் ஆலை வேலை நிறுத்தம் வெற்றியோடு முடிவுக்கு வந்தது.

மறுப்பும் இல்லை!" என்று சொன்னேன். வந்தவர் மனக்குறையோடு போனார்.

அவர்கள் கூட்டம் கூடிக் கலந்து பேசினர். "அவனுடைய காற்றுக் கூடப் படாமல், அவனை வேரோடு ஒழித்துவிட்டுக் கப்பலைக் காப்பதே நமது கடமை" என்று பேசினார்கள். முன்சொன்ன அருணாசலம் முதலிய நண்பர்கள் "வீணாகப் பேசாதீர்! சிந்தனை செய்து பாருங்கள். அவர் போனால் கப்பலும் போய்விடும்" என்று சொன்னார்கள். உடனே, எமனைப் போன்றோர். "இனிமேல் அவன் அரசியலை விட்டுவிடவேண்டும் என்பது எம் விருப்பம்" என்று குறிப்பு எழுதினார்கள். இச்செய்தியை 'விஞ்சு'க்கும் தெரிவித்தனர். எனக்கும் எழுதி விரைந்து அனுப்பி வைத்தனர். திருமந்திர நகரில் தொண்டு புரிந்துவந்த நான், கலந்து பேசுவதற்காக, நண்பர்கள் அனைவரையும் பள்ளிவாசற் பேட்டைக்கு[101] வருமாறு அறிவிப்புத் தந்தேன்.

101 வண்டிப் பேட்டை.

34
பிணை வழக்கு

விபின் சந்திர பாலரின் விடுதலை நாள் கொண்டாட்டத்திற்குத் தடை போட்டும், என்மீது போடப்பட்டுள்ள 'இராஜ நிந்தனை' என்ற குற்றத்திற்காக நன்னடத்தைப் பிணை தராமல் இருப்பதற்கான காரணத்தைக் கூறிட மறுநாள் காலை 'விஞ்சு'வைச் சந்திக்கும் படியும் எமக்கு அரசின் ஆணைகள் வந்தன.

நான் முன்பு அறிவித்திருந்தபடி நண்பர்கள் அதிக அளவில் பேட்டைக்கு வந்திருந்தனர். சிவம் சில செய்திகளை அவர்களிடம் கூறினார். அதைக் கேட்டதும் நம் ஆட்கள் ஓசை எழுப்பினர்; கிளம்பினர். ஓட்டம் பிடித்திட எண்ணி எழுந்தனர். அவ்விடத்தில் காவல் துறையின் உயர் ஆய்வாளரும், ஊர்ப்புற நடுவரும்[102] இருப்பதைப் பார்த்தேன். துன்பம் வலுத்தது என்று எண்ணினேன். மனவலிமை கொண்டு சில சொற்களைச் சொன்னேன். "உயிரினும் இனிய நல்ல நண்பர்களே! என் மீது குற்றம் சாட்டப்பட்டுள்ளதை இங்குச் சிவம் கூறினார். நாளைக்கு உசாவலுக்குச் (விசாரணை) சென்று, நல்லதையே அடைந்து, நாளைக்கு மறுநாள் நான் இங்கு வருவேன். பின்னர் நாம் செய்ய வேண்டிய வேலைகளைச் செய்வோம். இதைத்தான் அவர் கூறினார்" என்று சொன்னேன். என்னுரையைக் கேட்டதும் அவரவர் அடங்கினர்; அமர்ந்தனர். விம்மி அழுதனர். "இது கொடிய செயல்" என்றனர். எனக்கு வந்திருந்த ஆணையைப் பற்றி விளக்கிச் சொன்னேன். "தம் நிலத்தினை மாற்றாரிடம் இழந்தவர் அடையும் பயன் இப்படித்தான்" என்று கூறினேன்.

'விஞ்சு' என்கிற தீயோன் விடுத்த அந்த ஆணை நஞ்சினை ஒத்தது என்றும், நல்லவர்களின் மனத்துக்கு அது வருத்தம் தந்ததாகவும் மாண்புடைய விபின் சந்திர பாலருக்குப் பின்னர் கொண்டாட்டங்கள் செய்வோம் என்றும் தீர்மானம் எழுதிக் குழுக் கூட்டத்தை நிறைவு செய்தேன். நான் ஓர்மானம் இன்றி உயிர் வாழ்வதாக எனக்குத் தோன்றியது.

---

102 கிராம முன்சீப - ஊர்ப்புற நடுவர்

மறுநாள்[103] மார்ச்சு மாதம், ஒன்பதாம் நாள் கொக்கிரக் குளம் என்ற ஊரில் விஞ்சுவின் முன் நேர்நின்றேன். குற்றம் சாட்டப்பட்டு ஆணை பெற்றிருந்த சிவமும், பத்மநாபனும் என்னுடன் நின்றனர். ஞாயம் வழங்கும் தொழில் செய்து அன்பை வளர்த்திடும் சாது கணபதி[104] என்ற வழக்குரைஞர் கூறியபடி மகாதேவன், சிவராம கிருட்டினன் ஆகிய வழக்குரைஞர்கள் எம்மிடம் ஒப்பம் பெற்று எமக்கு உதவிசெய்ய வந்து நின்றனர். நண்பகல் வழக்கினை எடுத்துக்கொள்வதாக விஞ்சு வஞ்சகமாகச் சொல்லிச் சென்றான். 'விஞ்சு' என்னருகில் வந்து, "இந்நகரில் பெரியோர் சிலர் பாலர் விடுதலைக் கொண்டாட்டத்தை நடத்த உள்ளார்கள். நீ அதில் சேர்வது சரியா, சரியில்லையா என்று எண்ணிப் பார்த்துச் செய்" என்று காதில் கூறினான். "நல்லது! அவ்வாறு நன்றாக எண்ணிப் பார்த்தே நான் இங்கு நல்லதைச் செய்கிறேன்" என்று சொன்னேன்.

மதியம் வழக்கினைத் திரும்பவும் எடுத்தான். வழக்கை வேறு வழக்கு மன்றத்திற்கு மாற்றுவதற்காக ஒரு மாதம் காலக்கெடு கொடு என்று வாயால் கேட்டோம்; விண்ணப்பமாகவும் எழுதிக் கொடுத்தோம். "திருமந்திர நகருக்குச் செல்ல மாட்டேன் என்று நீ ஒரு சொல் கூறினால். நீ கேட்டதை அளிக்கிறேன்" என்றான். வழக்குரைஞர்கள் என் முகத்தைப் பார்த்தனர். "நன்று அவன் சொன்னது! இது நாவாய்ச் சங்கத்தையும், மனைவி மக்களையும் மற்ற பலவற்றையும பார்க்காமல் இரு" என்று சொல்வதற்குச் சமமாகும்' என்று நான் கூறினேன்.

அவர்கள் அதனை அவனிடம் கூறினர். "நல்லது, காலக்கெடு பற்றி நாளை சொல்கிறேன்" என்றான். முன்பு நான் குறிப்பிட்டவர்களோடு கிளம்பினேன். அங்கு இருந்தவர் ஏதேனும் சொல்லுமாறு கேட்க அவர்களிடம் பேசியிருந்தேன். காலையில் என்னுடைய நகருக்குச் சென்றேன். அன்பர் பலரும் தொடர்வண்டி நிலையத்தில் (Railway Station) என்னைக் காண வந்திருந்தனர்.

---

103 9 மார்ச்சு 1908.

104 நெல்லை வழக்குரைஞர் சாது கணபதி பந்துலு.

35
அன்பர்களின் அன்பு!

அவர்களை ஒரு வெள்ளையன் திமிரோடு பிடித்துத் தள்ளினான். அவனைப் பிடித்துத் தள்ள நம்மவர் ஆரவாரமிட்டனர். என்னிடம் காவல் ஆய்வாளர் மருண்ட முகத்தோடு வந்து, கெஞ்சிக் கேட்டுக் கொண்டான். எனவே, “எல்லாரும் இங்கிருந்து கலைந்து செல்லுங்கள். இந்நேரத்தில் நம் வலிமையை அடக்கி வைத்தலே நல்லது” என்று கூறினேன். முன்கூறிய வெள்ளையன் நடந்த நிகழ்வுக்கு வருத்தம் தெரிவித்தான். “தப்புச் செய்யாதவர்கள் யார் உள்ளனர்!” என்று கூறிவிட்டு வெளியே வந்தேன். நண்பர் பலரும் அன்போடு என்னைப் பின்தொடர்ந்து வந்ததால் நாம் வண்டியில் போவது சரியன்று, என்று கருதி விரைந்து நடந்து என் வீட்டுக்குச் சென்றேன்.

அங்கும் மிகப்பெரிய அன்பர் கூட்டம் இருந்தது. “சுதேசியத்தை” வளர்த்தெடுங்கள்! நம் உயிர் நீங்கினும் இதுவே என் வேண்டுகோள்” என்று அவர்களிடம் சொன்னேன். “பாலர் கொண்டாட்ட நிகழ்வுகளைப் பற்றிக் கூறுங்கள்” என்று பலரும் கேட்டனர். “அக்கொண்டாட்டத்திற்கான தடை ஆணைகள் நீங்கிவிட்டன என்றாலும் சற்றுப் பொறுத்துச் செய்தால் பொருத்தமாக இருக்கும்” என்று சொன்னேன். “அந்தக் கொண்டாட்டத்திற்காக நாம் செய்த ஏற்பாடுகள் வீணாகி வருகின்றன. எனவே, உண்மையான தவசீலரான பாலரின் படத்தை இன்று வெளியிடும்படியும், செய்யத் திட்டமிட்டுள்ள பிற ஏற்பாடுகளைப் பிறகு செய்து கொள்ளலாம் என்றும் நினைக்கிறோம். நீங்கள் திட்டமிட்டுச் சொல்லுங்கள்” என்றனர். சரியெனக் கூறினேன்.

36
மக்கள் மெய்தீண்டல்!

வீட்டுக்குள் நுழைந்தேன். எதிர்ப்பட்ட என் மூத்த மகன் "நீ நேற்று என்னை விட்டுப் பிரிந்து போனாய் அல்லவா? என்னிடம் பேச வேண்டாம்" என்றான். "சிறுவனே! அன்புடன் என்னைப் பொறுத்துக்கொள்" என்றேன். "இன்றைக்கு நீ போகும்போது, என்னையும் அழைத்துப் போவதாகச் சொன்னால்தான் உன்னிடம் வருவேன்" என்று சொல்லியபடி ஓடினான். அவனைப் பிடித்திழுத்து முத்தம் கொடுத்தேன். அவன் விருப்பப்படியே செய்வதாக வாக்கும் அளித்தேன். அவனுடன் சேர்ந்து உணவுண்டேன். பின் அவனுக்குத் தெரியாமல் வெளியே சென்றேன்.

அங்கு வைக்கப்பட்டிருந்த பாலரின் அருள் விளங்கும் படத்தைப் பார்த்தேன்; வணங்கினேன். அன்பர்கள் மரியாதை செய்தனர்; ஏற்றுக்கொண்டேன். பிறகு விஞ்சுவின் வழக்கு மன்றத்திற்குச் சிலருடன் சென்று நேர் நின்றேன் (ஆஜர்). விஞ்சு காவல் ஆய்வாளரைப் பார்த்து ஓரிரு வினாக்கள் கேட்டான். உடனே, கடுமையான குரலில் "நாளை காலக்கெடு" என்று சொன்னான்.

என்னுடைய மகன் சினத்துடன் பேசுவதைக் காதில் வாங்க, என்னுடைய நகருக்குப்போய், வீட்டுக்குப் போனேன். போ! போ! நீ பொய்யன். நீ மெய் பேசுபவன் என்று நினைத்து உன்னிடம் வாக்குக் கேட்டேன்" என்று சொன்னான். அவனைத் தூக்கினேன். அடித்தான். அவை சிறப்பானவை என்று மனமகிழ்வுடன் பெற்றுக்கொண்டேன். அடுத்தநாள் அவனையும் உடன் அழைத்துச் சென்று, விஞ்சுவின் முன் நேர்நின்றேன்.

37
மக்கள் முழக்கம்

வழக்கை எடுக்கு முன்பாக, அவன் எதிரே பார்த்தான். எதிரிலிருந்த சுவரில் 'வந்தே மாதரம்' என்ற சொற்கள் எழுதப்பட்டிருந்ததைத் தன் நெருப்புப் போன்ற விழிகளால் கண்டான். "அதோ! அதோ! அழி! அழி!" என்றான். உடனே, காவல் ஆய்வாளரைப் பார்த்து, ஏதோ கேட்டான். ஆய்வாளரோ தன் கையில் ஏதோ ஒரு தாளை வைத்துக் கொண்டு படித்தான். நான் அதை மறுத்தேன். அவன் என்னைப் பார்த்தான். நான் சட்டம் என்ன சொல்கிறது என்று படித்துக் காட்டினேன். அவன் குழப்பமடைந்து விழித்தான். மறுநாள் வரும்படி கெடு சொன்னான்.

நான் அச்சமூட்டும் வாளைப் போலச் சினந்த முகத்தோடு வெளியேறினேன். "வந்தே மாதரம்" என்ற முழக்கம் எங்கும் பொங்கி எழுந்தது. மக்கள் பலர் திரண்டு தெருவில் நின்றிருந்தனர். என்ன நடக்குமோ என்று மிரட்சி அடைந்தேன். அங்கு வந்து 'விஞ்சு' பார்த்தால். வீணாகக் கலகம் உண்டாகும் என்று அஞ்சினேன்.

மக்களை அழைத்துக் கொண்டு குறுக்கு வழியாக நடந்து போனேன். வேண்டாம், வேண்டாம் என்று சொல்லச் சொல்ல விளைச்சலை வாரி வழங்கும் வளமையும் பெருமையும் உள்ள தாமிரவருணி ஆற்றைக் கடந்து போனோம். இனிய பல செய்திகளைப் பேசிக் கொண்டிருந்தோம். சிலர் 'சுதேசியம்' பற்றிக் கொஞ்சம் சொல்லுங்கள்" என்று கேட்டனர். "அது மட்டுமே வெற்றி கொடுக்கும்" என்று கூறிச் சற்றுநேரம் பேசினேன்.

பிறகு வழக்குரைஞர் சாது கணபதி பந்துலுவைக் காணச் சென்றேன். அவர் எனக்கு உணவளித்தார். மகனோடு சேர்ந்து உண்டேன். அடுத்த மாடியில் அன்பர்களோடு சேர்ந்து படுத்துறங்கினேன். விடிந்தது காலை. காலை உணவை உண்டு, பன்னிரண்டு மணிக்கு என் மகனோடும், நண்பர் இருவரோடும் மூன்று வழக்குரைஞர்களோடும் குறித்த நேரத்திற்குச் சென்று 'விஞ்சு' வின் முன் நேர்நின்றேன்.

38

ஞாயம் துறந்த ஆட்சியர்

குறிப்பாக ஒரு தாளை எடுத்த விஞ்சு எமன்போல் அதைப் படித்தான். "நாட்டின் நல்ல நிலைமையை நீர் கெடுத்துவிட்டீர். அதனால் நாட்டுக்குக் கெடுதல் வரும் என்பதை நான் இங்கே, இன்று அறிந்து கொண்டேன். நீர் நன்னடத்தைக்கான பிணைத்தொகை தர ஏற்பாடு செய்துள்ளீரா?" என்று கேட்டான். செருக்குப் பிடித்ததால் அவன் இப்படிச் சொல்கிறான் என்று நான் நண்பர்களிடம் சொன்னேன். 'இன்று நீர் எம்மை இருட்சிறையில் அடைக்க நினைத்துத் திட்டமிட்டு, காலக்கெடு கொடுக்காமல், இப்படி மாற்றிச் சொல்கிறீர். ஆனாலும், மிகப்பெரிய தொகைக்கான பிணையைக் கொடுக்கிறோம். ஆனால், இனிமேல் இந்த வழக்கினை வேறொரு வழக்கு மன்றத்திற்கு மாற்றிக்கொள்ள விரும்புகிறோம் என்று விண்ணப்பமாக எழுதித் தந்தேன்.[105] வழக்கு உசாவலில் (விசாரணை) இருக்கும்போது, தடுப்புக் காவலாகச் சிறையில் வைக்கலாம் என்ற சட்டப் பிரிவைப் பயன்படுத்தி "கெடு போட்டுள்ளேன். சிறை தந்துள்ளேன். அங்கு போய் இருப்பீர்" என்று சொன்னான். நான் "கொடுத்த பிணையை ஏற்றுக் கொள்ளவில்லையா?" என்று கேட்டேன்.

"நீர் எழுதிக் கொடுத்த விண்ணப்பம் உம்முடைய குற்றத்தை மறுக்கிறது. எனவே, நான் நீர் கொடுத்த பிணையை ஏற்க மாட்டேன். நீர் உடனே போகலாம்" என்றான். நான் உடனடியாக எவ்விதக் கட்டுப்பாடும் இல்லாத பிணை தருவதாக எழுதி விரைந்து 'விஞ்சு'வின் கையில் கொடுத்தேன். இதன் நடுவே அளவற்ற காவலர் நானிருந்த மேடைக்கு வந்தனர். உடனே எம்மிடம் "நடவுங்கள்" என்றனர். நான் உடனே 'விஞ்சு'வை நோக்கி "நான் எழுதித் தந்த விண்ணப்பத்திற்கு ஏதேனும் மறுமொழி சொல்ல வேண்டும்" என்றேன். எதுவும் சொல்லத் தெரியாத 'விஞ்சு' அஞ்சி விழித்தான்... அந்நேரத்தில்

---

105 இந்தியக் குற்றவியல் சட்டப் பிரிவு 108 இன் கீழ் கொடுக்கப்பட்ட இவ்வழக்கு பின்னர், பிரிவு 107 (4) ஆக மாற்றப்பட்டது. இவ்வழக்கு திருநெல்வேலி அமர்வு வழக்கு மன்றத்தில் நடந்தது.

திருநெல்வேலிக் காவல் பிரிவு ஆய்வாளர் "எதுவும் பேசாமல் செல்லுங்கள்" என்றான். நான் அங்கு கூடிய நல்லவர் பலரையும் பார்த்தேன்.

"நான் எழுதிக் கொடுத்த பிணை விண்ணப்பத்திற்கு எந்த விடையையும் 'விஞ்சு' இன்னும் கூறவில்லை. அதற்குள் காவலர் வந்து எம்மை அழைத்துச் செல்கின்றனர்" என்று அவர்களிடம் கூறினேன். அவர்களிடையே இருந்த நல்லியல்புகள் கொண்டவனான சுந்தரராஜன் என்பவன் "சிதம்பரம் முகத்தில் இருக்கிற பொலிவைப் பாருங்கள்" என்றும், இன்னும் சிலவற்றையும் தன் அருகில் நின்று இருந்தவர்களிடம் சொல்லிக் கொண்டிருந்தான்.

தெற்கே இருக்கிற எமனூருக்குப் போங்கள் என்பதுபோலக் காவல் ஆய்வாளர் தெற்குப் பக்கத்தைப் பார்த்தான். குருநாதனிடம் சென்ற நான் என் மகனை அவனிடம் கொடுத்து அவன் தாயிடம் ஒப்படைக்கக் கூறினேன். பிறகு மூவரும் சென்றோம். தெற்கே ஒரு சுரங்கவழி இருப்பதை அன்றுதான் பார்த்தோம். அதன் வழியாகக் கீழே இறங்கினோம். கீழ்த்தரைக்குப் போனவுடன் குரங்கின் சேட்டைகள் எல்லாம் கைவரப் பெற்றவனான 'விஞ்சு' என்னை உடனே அழைத்தான். மீண்டும் வந்து மேடையில் நின்றேன். "நீர் மறுபடியும் விண்ணப்பம் தந்தீரே, அது கெடு கொடுத்த பின்னர்தான் நடந்தது. அதனால், உம் பிணையை ஏற்றுக்கொள்ள மாட்டேன். இதுவே என் விடை" என்று அந்தப் பொய்யன் சொன்னான்.

39

அரிமாக்கள் சிறை அடைந்தன

பின்னர்க் கிளைச் சிறையின் தாழ்வாரத்தில்[106] இருந்தோம். பொதுச் சாலையிலும், பொது வழக்கு மன்றத்திலும் கூடிய மக்கள் கூட்டத்தை என் பார்வையில் படாமல் செய்தனர். இரண்டு வண்டிகளைக் கொண்டுவந்த காவலர் அருள் பெற வந்தவர்போல் எம்மிடம் வந்து "போவோமா?" என்றனர். "மிகவும் நல்லது" என்று கூறி வண்டியில் ஏறினோம். எட்டுப் பக்கங்களிலும் வண்டிகள் சூழ்ந்து வந்தன. எட்டுத் திக்குகளிலும் இருந்து வந்த எண்ணவியலாத மக்கள் கூட்டம் வந்து எம்மை முன்னும் பின்னும் நெருங்கிச் சூழ்ந்து கொண்டனர். "இன்னும் என்ன? என் பின்னால் வர வேண்டாம்" என்று அவர்களிடம் சொன்னேன். பாளையங்கோட்டைச் சிறைக்குப் போய்ச் சேர்ந்தோம். அடுத்து நடந்த செயல்களைப் பற்றி இனிச் சொல்வேன்.

வல்லாளன் சிதம்பரனார்
  சிறையில் பட்ட
  வருத்தமெலாம் விரித்துரைக்கின்
  வாய்விட் டேங்கி
கல்லான மனத்தவரும்
  கண்ணீர் கொட்டக்
  கனல்பட்ட வெண்ணெயெனக்
  கரைவார் இன்றும்

- நாமக்கல் இராமலிங்கனார்

106 *Verandha* - *தாழ்வாரம்*

40

சிறைச்சாலை வரவேற்பு

மார்ச்சு பன்னிரண்டாம் நாள்[107] மாலை மூன்று மணிக்குச் சுப்பிரமணிய சிவாவோடும், பத்மநாபனோடும் சிறைக்குள் நுழைந்தோம். உடனே சிறை அதிகாரி வந்து எம் உடைகளை அவிழ்க்கச் சொல்லி மறைவிடம் உள்பட ஆய்வு செய்தான். ஐந்து விரல்களும் ஒன்றும்படி கையைப் பிடித்து கணையாழியைக் கழற்றி வாங்கிக் கொண்டான். "விடிந்த நொடி முதல் உங்கள் வரவை எதிர்பார்த்து இருந்தோம். தந்தை, மகன், பேரன் போல் மூவரும் வந்தீர்கள். நல்ல அறிவோடு நடந்து கொள்ளுங்கள்" என்றான். "எங்களிடம் நீர் சொல்லாலும் செயலாலும் ஒத்து வந்தால், நீர் சொன்னது அழகுதான்" என்று சொன்னேன். பிறகு, "எங்களுக்கான உணவை வெளியிலிருந்து கொண்டுவந்து சாப்பிட்டுக் கொள்கிறோம். என்ன சொல்கிறீர்?" என்று கேட்டேன்.

"இதை எனக்கு மேலதிகாரியான கண்காணிப் பாளரிடம்தான் கேட்க வேண்டும்" என்றான். அவ்வாறே கூறச் சென்றேன். என்னைக் கண்ட கண்காணிப்பாளர் "உன்னைப் பார்த்தால் சிறையில் இருப்பவனைப் போல் தெரியவில்லை. நீயும் உன்னை அப்படி நினைக்கவில்லை" என்றான். நான், "நீர் சொன்னது அப்படியே உண்மைதான். நான் சொல்ல வந்ததைக் கேளும்" என்றேன்.

> வ.உ.சி.க்கு வாழ்த்து
>
> வேளாளன் சிறைபுகுந்தான் தமிழகத்தார்
> மன்னனென மீண்டான் என்றே
> கேளாத கதைவிரைவிற் கேட்பாய் நீ!
> வருந்தலைஎன் கேண்மைக் கோவே!
> தாளாண்மை சிறிதுகொலோ யாம்புரிவேம்
> நீஇறைக்குத் தவங்கள் ஆற்றி
> வாளாண்மை நின்துணைவர் பெறுகெனவே
> வாழ்த்துதிநீ வாழ்தி! வாழ்தி!!
>
> - பாரதியார்

---

107 1908 ஆம் ஆண்டு.

41
உணவும், உறக்கமும்

"என்ன?" என்று கேட்டு உயிர்தின்னும் எமனைப்போல் சீற்றத்துடன் என்னை மேலும் கீழும் பார்த்தான். உடனே நானும் அவனை அவ்வாறே பார்த்தேன். அதன்பின் அடங்கிய அவன் குழம்பினான். "சொந்த உணவிற்கு இசைவு வேண்டும், இங்கே வந்திருக்கும் எங்கள் ஆளிடம் சொல்லி அனுப்ப வேண்டும்" என்றேன். "சரி" என்றான். உடனே சண்முகசுந்தரம் உணவைக் கொண்டு வந்தான். கண்காணிப்பாளர் அதை ஆய்வு செய்தான். நான் உண்டேன். சிவம் சிறிதளவு உண்டார். உணர்ச்சிப் பெருக்கோடு இருந்த பத்மன் உண்ணவில்லை. எங்களுக்கான படுக்கை வரவில்லை. எனவே, 'தார்ப்பாயில்' படுத்தோம்.

நான் அங்கிருந்த தலையணையுடன் கூடிய மேடையில் படுத்து, நன்கு உறங்கி விழித்தேன். காலையில் சண்முகசுந்தரம் இங்குப் பலகாரம் என்று சொல்லப்படும் தோசையும், நெய் குழைத்த காரப் பொடியும் கொண்டு வந்தான். 'காப்பி'யும் கொண்டு வந்திருந்தான். ஏப்பம் வந்தாலும் கூட இம்மியளவும் மிச்சம் வைக்காமல் மகிழ்வுடன் உண்டோம். குருநாதன் படுக்கைகள் கொண்டு வந்தான். சிறந்த பாவலனின் புதிய உள்ளத்தை இன்று கண்டு நெகிழ்ந்தேன். ஞான சிகாமணி[108] என்னும் நண்பன் வந்து ஞானமொழி சிலவற்றைச் சொல்லிப் போனான். மதியம் அறுசுவை உணவை உண்டோம்.

> எண்ணரிய துன்பங்கள் எய்தியுள வெஞ்சிறையை
> நண்ணிடினும் நானஞ்சேன் நாவாயின் - எண்ணறியா(து)
> என்னே ரெனதாய் நிதியா தெனைக்கொடுக்கச்
> சொன்னாலும் யானஞ்சேன் சோர்ந்து.
>
> - வ. உ.சி.

108 நெல்லை ஞான சிகாமணி முதலியார்.

42
திருநெல்வேலி எழுச்சி

“திருநெல்வேலி போர்க்களமானது” என்று கூறிய சிறைப் பாதுகாவலர்கள் மதிPயமே யாவரையும் சிறையில் அடைத்துக் கதவுகளைப் பூட்டினர். எல்லாச் செய்திகளையும் தெரிந்து கொண்டோம். பிற்பகலில் மக்கள் திரண்டு வந்து, ஆட்சியாளரின் இடங்களைத் தாங்கள் விரும்பியபடி எல்லாம் தீயிட்டுக் கொளுத்தி அழித்தனர்.[109] பின்னர், ‘விஞ்சு’ எதையும் சிந்தித்துப் பார்க்காமல் துமுக்கியால் சுட்டு சிலரின் உயிரைத் தின்றான்.[110] கேட்டீரோ!

மறுநாள் எம்மோடு துணை இருப்பதற்காக என்று கூறிக் குருநாதன் வந்தான். “உங்கள் மூவரையும் இருட்சிறையுள் இருக்கும்படி அந்தக் கொடியவன் கூறியபின், நான் உம் மகனை அழைத்துக்கொண்டு திருமந்திர நகர் சென்றேன். அவனைத் தாயிடம் ஒப்படைத்தேன். வினைப்பயன் செய்யும் வேலையிது, கலங்க வேண்டாம்” என்று கூறினான். வெள்ளிக்கிழமை அன்று வீரராகவ புரத்தில் பள்ளிச் சிறுவர்கள் நிறையப் பேர்கள் ஒன்று கூடினர். “நம் தலைவர்களைச் சிறையில் அடைத்திருப்பதை எதிர்ப்பதன் அடையாளமாகக் கடைகளை மூடுங்கள்” என்று கூறினார்கள். நான் நல்லதுதான் என்று எண்ணி அவர்களுடன் சேர்ந்து கொண்டேன் சிலர் கடைகளை[111] அடைத்தனர். பிறகு, திருமந்திர நகருக்குச் சென்றேன். அங்கும் எனக்கு உதவிகள் செய்யப் பலர் கூடினர்.

---

109 சார் பதிவாளர் அலுவலகம், நகராட்சி அலுவலகம், எண்ணெய்க் கிடங்கு முதலிய இடங்கள் தீயிடப்பட்டன. சர் மிஷன் கல்லூரி சூறையாடப்படடது. 13.03.1908.

110 நால்வர் இறந்தனர்.

111 1908, மார்ச் 14 இல் தொடங்கிய வேலை நிறுத்தம் மார்ச் 19 வரை தொடர்ந்தது.

43

தூத்துக்குடியில் கலகம்: ஆசுவின் ஆட்டம்!

அங்குப் படையுடன் வந்த ஆசு மக்களை நெருங்கினான். அவர்களைத் துன்புறுத்தக் கருதிக் கலகம் மூட்டினான். அங்கிருந்த நம் மக்களைத் தடியால் அடிபடச் செய்தான். யாரும் வெளியில் வராமல் துமுக்கி (துப்பாக்கி)களால் சுட்டான். நம் மக்கள் ஆசுவின் குதிரையை அடித்துத் தள்ளினர். "அழிவு வந்தது என் உயிர்க்கு" என்றபடி அவன் தப்பி ஓடினான். நம் மக்கள் தடித்துக் கொழுத்திருந்த காவல் உதவி ஆய்வாளரை அடித்தும் மிதித்தும் எண்ணற்ற துன்பம் செய்தனர். மக்களைச் சுட்ட துமுக்கிகளைத் தூள் தூளாக்கி, தொலைவான இடங்களுக்கு விட்டெறிந்தனர்.

"தாம் எந்தக் குற்றமும் செய்யவில்லை என்று மனதில் எண்ணியபடி நம் மக்கள் சிரித்தபடி தெருவில் திரிகிறார்கள். எல்லா வெள்ளையர்களும் மிகவும் நடுங்கித் திருடர்களைப் போன்று அங்கே ஒளிந்து மறைந்து இருக்கிறார்கள். நம் வீட்டில் அனைவரும் நலமாக இருக்கிறார்கள். உங்களுக்கு நல்ல துணையாக இருக்கக் கருதி நான் இங்கு வந்தேன். நான் நினைத்தபடியே 'விஞ்சு'வும் இச்சிறையில் உங்களோடு, இருக்கச் சொன்னான்" என்றான்.

"நடந்த எல்லாச் செயல்களும் நம்முடைய செயல்கள் அல்ல! எல்லாவற்றையும் கடந்து நிற்கும் கடவுளின் செயல்" என்று அவர்களிடம் இனிய சொற்களைப் பேசினேன். நால்வரும் அங்கு நலமுடன் இருந்தோம். சாயுங்காலம் எம்மைப் பாதுகாத்திடக் காவலர் வந்தனர்.

"வெள்ளையர் அரசை நீங்கள் அழித்து விடுவீர்கள் என்ற செய்தி தொலைவரி மூலமாக ஆளுநருக்குப் போயுள்ளது. விரைவில் நாடு கடத்தப்படுவீர்கள். அங்கிருந்து திரும்பிவர மாட்டீர்கள்" என்றனர். அந்தச் செய்தியைச் சொல்லியதற்கு நன்றி தெரிவித்தேன். "நமக்கு நடக்கிற எதையும், மாண்புகள் நிறைந்த ஈசன் தருவதாகப் பெருமையோடு ஏற்றுக்கொள்வோம். ஆட்சியை

வெளியாரிடம் இழந்தவர்கள் அவர்களிடம் நன்மையைப் பெறலாம் என்று மறந்தும்கூட நினைக்க மாட்டார்கள்" என்று சொன்னேன். அது உண்மைதான் என்று கூறி, எம்மீது மதிப்புக் காட்டி நின்றனர்.

44

சிறை அதிகாரியின் சினமும உறவும்

பின்னர் ஞாயிறு பிற்பகல் திடீரென சிறை அதிகாரி பருத்த தடிகளைக் கையில் வைத்திருந்த தடியர்களோடு, எம்மை நெருங்கி வந்தான். வருவது எமன்தானோ என்று ஐயமுற்றோம். நான்கு பக்கமும் சுற்றி வளைத்து, அறைக்குள் நுழைந்தான். அங்கிருந்த எல்லாவற்றையும் பார்த்தான்.

அறைக்குள் இருந்த திண்ணையில் நான் களைப்புடன் உட்கார்ந்திருந்தேன். “நான் இங்கு நிற்கிறேன். நீ உட்கார்ந்திருக்கிறாயா?” என்று கேட்டான். “போவதற்கு வேளை வரவில்லை.” எனவே, உடகார்ந்திருக்கிறேன்” என்று சொன்னேன், “எப்படிச் சொல்கிறார் பார். இவர் உடுத்தியுள்ள ஆடைகளை அவிழுங்கள்” என்றான். தடியர்கள் என் ஆடையை அவிழ்த்தனர். “அரைஞாண் உள்ளது” என்றனர். “அது எப்படி அங்கு வந்தது?” என்று கேட்டான். “அது எப்போதும் அங்குதான் உள்ளது” என்று கூறினேன். அத்துடன் சென்றான். நாங்கள் சிரித்தோம், நின்றான். பார்த்தான். எதையோ நினைத்துக் கொண்டு போய்விட்டான்.

பின்வந்த நாட்களில் அவன் எம்மை நெருங்கிப் பணிந்து, பாதுகாத்து, எம் உடல் உறுப்பான கைபோல் இருந்து உதவிகள் செய்தான்.

45

உணவு கொடுத்ததால் சிறை

சண்முகசுந்தரம் செய்துவைத்த ஏற்பாட்டின்படி அரிகரபுத்திரன் என்ற அன்பர் நமக்குச் சிலநாட்கள் உணவளித்து வந்தார். அதைத் தடுக்க நினைத்தான், ஈனத்தொழில் செய்து வாழ்நாளைக் கழிக்கும் தீயவனான பாளையங்கோட்டை ஆய்வாளர். அதன்படி அரிகரபுத்திரனைச் சிறைக்குள் தள்ளினான். இச்செய்தி தெரிந்த சில நாழிகைகளுக்குள் திருமந்திர நகரிலிருந்து என் மனைவியும், நற்குலப் பெண் ஒருத்தியும் பாளையங்கோட்டைக்கு வந்து நம் பெருமைக்குரிய சண்முகத்தின் வீட்டில் தங்கிக் கொண்டனர். அப்பெண்மணி நான் திருமந்திர நகரில் இருந்தபோது, நான் மனதில் நன்றியுடன் நினைத்துப் பார்க்கும்படியான உதவிகளைச் செய்தவள். இன்றும் என் மக்களை நன்றாகப் பாதுகாக்கும் குலத்திலும் நலத்திலும் உயர்ந்த குலமகள் அவள். அவளும், என் குலத்தை வளர்க்க நான் வாழ்க்கைத் துணையாகக் கொண்ட என் மனைவியும், சண்முகத்தின் வீட்டிலிருந்தபடி பல்வேறு வகையான உணவுகளையும், பாலும், பழமும், பற்பல தின்பண்டங்களையும் நன்கு முறையாக அனுப்பி வைத்தனர். என்னுடைய இளைய அளியனான (மைத்துனன்) பிச்சன்[112] நல்லபடியாக நாளும் அவற்றை எங்களுக்குக் கொண்டுவந்து தந்தான். எங்களைப் புது மாப்பிள்ளைகள் போல் உணர்ந்து, மணமும் சுவையும் நிறைந்த உணவைச் சிறப்போடு உண்டு வந்தோம். என் குடும்பத்தினர் கிழமைக்கு (வாரம்) ஒரு முறை என்னிடம் வந்து, ஒருமணி நேரம் பேசியிருப்பர். நாட்டு நிகழ்வுகளைக் கூறுவர்.

---

112 பிச்சையாப் பிள்ளை.

46
அரிமாக் குருளையின் ஆர்ப்பரிப்பு

நான் சொற்பொழிவுகள் ஆற்றச் செல்லும்போது, என்னுடன் வந்து. அவற்றை விருப்பத்துடன் கேட்டுவந்த என் மகன் உலகநாதனுக்கு அகவை(வயது) ஐந்து. அறியாச் சிறுவனான அவன் இன்னும் நிறைய சிறுவர்களைக் கூட்டிவைத்து, "இது நம் நாடு. இதில் காணப்படும் பொருட்கள் யாவும் நம்முடைய பொருட்கள். இனி, வெள்ளையரை நம் நாட்டிலிருந்து விரட்டுவோம்" என்று கூறி விளையாடினான். "இச்சிறுவன் எப்படிப் பேசுகிறான். பார்த்தீர்களா, வாருங்கள் நாமும் கேட்போம்" என்று பெரியவர்கள் பலரும் கூடி, அவன் பேசுவதைக் கேட்டனர். இப்படி நாள்தோறும் அவன் சொற்பொழிவாற்றி வந்தான்.

காவலர் இச்செய்தியை மேலிடத்தில் கூறினர். காவல் ஆய்வாளர் சண்முகத்தின் வீட்டுக்கு வந்து "இதற்குமேல் சிதம்பரத்தின் குடும்பத்தினரை உம்முடைய வீட்டில் தங்க வைத்திருந்தால், அவருக்கு நடப்பதுதான் உங்களுக்கும் நடக்கும். அவர்களை வீட்டை விட்டு விரட்டுங்கள்" என்று மிரட்டினார்.

சண்முகத்தின் மனைவி உடல்நடுங்கி, என் மனைவியைப் பார்த்துப் பேசினாள். இதனால் என் குடும்பத்தினர் கொலை மாணிக்கபுரம்[113] என்ற ஊரில் உள்ள கோவிலை அடைந்தனர். எம் குலத்தின் சிறந்த மாணிக்கம் எனப் பிறர் புகழ அங்கிருந்தனர்.

---

113 பாளையங்கோட்டைக்கு அருகிலுள்ள சிற்றூர். முன் நாட்களில் அவ்வூரில் கொலைக் குற்றவாளிகள் தூக்கில் இடப்பட்டனர். அதனால் மாணிக்கபுரம் கொலை மாணிக்கபுரம் என்று அழைக்கப்பட்டது.

47
நானே சிவம்

என் ஊரைச் சேர்ந்த சங்கன்[114] என்னும் முடி திருத்தும் தொழிலாளி அச்சிறையில் இருந்தான். அவன் என்னிடம் வந்து முறைப்படி வணங்கினான். மருந்திட்டுக் கட்டும் பணியாளர் நல்ல கூர்மையுள்ள கத்தியை அவனிடம் கொடுத்தான். சங்கன் பணிவுடன் தன் பணியை எனக்குச் செய்தான். சிவம் தன்னுடைய தாடியை எடுத்துவிடச் சொன்னான். அப்படி எடுத்தபிறகு, ஒரு பெண்ணைப்போல் தோற்றமளித்தான்.

மறுநாள் காலையில் வந்து எங்களைப் பார்த்த சிறைக் கண்காணிப்பாளர் வீணான சொற்களைப் பேசினான். "நீர் சொன்னபடிதானே முடியைக் களைந்தோம். நீர் அளவில்லாமல் பேசுவதேன்?" என்று கேட்டேன். "உங்களை அடையாளம் தெரியவில்லை" என்று ஏமாற்றத்துடன் கூறினான். "அப்படி அடையாளத்தை மாற்றிச் சொல்கிற யாரும் எங்களில் இல்லை." என்றேன்.

இச்செய்தி வாலேசுக்குத் தெரிவிக்கப்பட்டது[115]. அவன் வாக்கு மூலம் கேட்டான். "நிறையச் சொற்பொழிவுகளை நிகழ்த்திய சிவம் நான்தான்" என்று உண்மையையே தன் மனத்திலும் சொல்லிலும் ஒன்றாக வைத்திருக்கும் என் நண்பன் வாக்குமூலம் கொடுத்தான்.

எண்ணெய்க் குளியலுக்கு எமக்கு உரிமை இருந்தும், சிறை அதிகாரி தன் கடமையை மறந்து சில நாட்களாக மறுத்து வந்தான். நாங்கள் அவனிடம் பலமுறை கேட்டபிறகு, அவன் கூறிய நாட்களில் எண்ணெய் முழுக்காடினோம்.

---

114 தூத்துக்குடிக் கலகத்தில் சிறை புகுந்த மருத்துவ குலத்தவர்.

115 உயர் அறமன்ற நடுவரான வாலேசு (Wallace E.H) என்பார் பெரியவர் சிறை விடுதலை பெற்று வந்தபின் மீண்டும் வழக்குரைஞர் பணிபுரிய சான்றிதழை மீட்டுத் தந்தார்.

48

அறிவுச் செல்வ அடைவு

செய்தித்தாள் படித்திட பெருவிருப்பம் கொண்ட நாங்கள், அது பற்றிச் சிறைக் கண்காணிப்பாளரிடம் கேட்டோம். அவன் உடனே மறுத்துவிட்டான். நிறையச் செய்திகளைத் தரும் இந்து, வந்தே மாதரம் என்ற கருத்தை அடிப்படையாகக் கொண்ட எம் சொந்த செய்தித்தாள், சுதேசமித்திரன் போன்ற செய்தித்தாள்களை அவன் போனபிறகு வரவழைத்து மறைத்து வைத்துப் படித்தோம். முறையான இசைவு பெற்று அரும்பொருட்களை நமக்கு அளிக்கும் நம் வள்ளுவரின் மறையையும், பெருமைகள் நிறைந்த நல்லாப் பிள்ளை எழுதிய பாரதத்தையும் பெரும்பொருள் நிறைந்த பகவத் கீதையையும் வரவழைத்துப் படித்தோம். எதிர்கால நடப்புகளை அறிந்துகொள்ள சாதகம் பார்த்தோம். சோதிடம் பற்றிய செய்திகளைச் சொல்லும் சில நூல்களைப் படித்தோம்.

மதுரை வீரனின் வலிமையைச் சொல்லும் வரலாற்றையும், அறிவின் கூர்மையோடு வெள்ளையர் ஆட்சிக்கு எதிராகச் சண்டைகள் புரிந்து, தன் வலிமையைக் காட்டியதால், எட்டுத் திக்கும் புகழ்ந்திட விளங்கும் நம் பாஞ்சால நாயகனான கட்டபொம்முவின் வரலாற்றையும் கேட்டோம். நாயும் புலியும் என்று சொல்லப்படும் ஆட்டத்தையும், தாயமும் விளையாடினோம். காலையும் மாலையும் உடற்பயிற்சி பழகி எம் உடல் எம் கட்டுப்பாட்டில் வருமாறு செய்தோம்.

சிறைப் பாதுகாவலர்கள் சிலர் எங்கள் இடத்திற்கு வந்து பாடுவார்கள். இன்னும் சில பணிகளைச் செய்வார்கள். நாம் அடைந்த துன்பம் அவர்களும் அடைந்தது போலென்று சொன்னார்கள்.

49
சிறையிலும் சீர்திருத்தம்

சிறையில் என்னால் பொறுத்துக்கொள்ள முடியாதபடி நடக்கும் சில செயல்களைத் தடுத்து நிறுத்தினேன். குற்றவாளிப் பாதுகாவலர்களும்[116], குற்றவாளிக் கண்காணிப்பாளர்களும்[117], குற்றவாளிகளைக்[118] கடுமையாக அடித்து வருத்தினார்கள். நாம் அவர்களைக் கூப்பிட்டுக் கடுமையாக எடுத்துச் சொன்னோம். அத்துடன் அச்செயலை நிறுத்திக்கொண்டனர்.

வெள்ளிக்கிழமையன்று திருமந்திர நகரில் கலகம் நடந்த மறுநாள் பலரைப் பிடித்துத் தண்டனை கொடுத்தும், உசாவல் செய்யவுமாகப் பலரையும் சிறைக்கு அனுப்பினர். இவ்வாறாகப் பலரும் நம்மிடம் வந்து சேர்ந்தனர். தச்ச நல்லூர், நெல்லை ஆகிய பகுதிகளில் தீ வைத்ததாக அளவில்லாமல் பலரையும் பிடித்துக் கொண்டு வந்தனர். நாங்கள் பலரிடமும் கேட்டு அந்த நாட்களில் நிகழ்ந்த நிகழ்வுகளைத் தெரிந்து கொண்டோம்.

வழக்குரைஞரான சாது கணபதி அவ்விடத்து நடுவரிடம் எழுதிக் கொடுத்தும், எடுத்துக் கூறியும், எனக்குப் பிணை கேட்டான். அவன் மறுத்துவிட்டான். அதன்பின் என்னிடம் வந்து மகிழ்வுடன் பேசிய சாதுகணபதி நண்பர் சிலருடன் சென்னைக்குச் சென்றான். அங்கிருந்த உயர் அற மன்றத்தில் எனக்குப் பிணைகேட்டு விண்ணப்பித்தான். எனக்காக வழக்காட பெரிய வழக்குரைஞர் ஒருவரை அமர்த்தினான்.

இப்படியாக வெள்ளிக்கிழமை அன்று நடுவரிடம் தெளிவாகப் பேசி, சிறையிலிருந்து எம்மை உடனடியாகப் பிணையில் விடுமாறு விரிவாகப் பேசி, உரிய ஆணையை வாங்கி அனுப்பினான். திங்கட்கிழமை அமர்வு நடுவரிடம்[119], நம் வழக்குரைஞர்கள் பிணையைக் கொடுத்தனர். உடனே என்னைப் பிணையில் விடும்படி உத்தரவிடப்பட்டது. ஆனால், சிறையினர் அதை உடனே எங்களிடம் சொல்லாமல் மறைத்தனர்.

---

116 *Convict Warder* - குற்றவாளிப் பாதுகாவலர்.

117 *Convict Overseer* - குற்றவாளி மேற்பார்வையாளர்.

118 *Convict* - குற்றவாளி.

119 *Session Judge* - அமர்வு நடுவர்.

50
முடிசூடா மன்னர்கள்

மேலும் காவலில் வைக்கும் ஆணையைப்[120] பெறப் பதினொரு மணிக்கு 'விஞ்சு'வின் முன் சென்றோம். அப்படிச் சென்ற வழியில் நாம் பற்பல சிறப்புகள் பெற்றோம். அவற்றைக் கொண்டு நாம் அரசர் என உணர நேரிட்டது, விரைந்தோடும் குதிரைகள் பூட்டிய நீண்ட இரண்டு வண்டிகள் எமக்குத் தரப்பட்டன. நான் ஒரு வண்டியில் ஏறிக் கொண்டேன். இன்னொரு வண்டியில் நண்பர்கள் ஏறிக் கொண்டனர்.

எனக்கு முன்னும் பின்னுமாகப் பாதுகாப்புக்கு என்று உடல் வலிமை கொண்ட நான்கு அலுவலர் நின்று கொண்டனர். முன்பாக இரு துணைக் கண்காணிப்பாளர்களும்[121], பின்புறம் ஆய்வாளரும்[122] இருந்தனர். பன்னிரண்டு தலைமைக் காவலர்கள்[123] இடமும் வலமுமாக மிதிவண்டியில் வந்தனர். நான்கு கைத் துமுக்கிகளும்[124], இருபது சுழல் துமுக்கிகளும்[125] ஏந்திய காவலர் உடன் வர, வண்டிகள் நகர்ந்தன.

சில முழத் தொலைவு சென்றவுடன் அங்கு மக்கள் திரளாகக் கூடி நின்று என் மனம் கலங்குமாறு, வரவேற்பும் வணக்கமும் செய்தனர். பன்னிரண்டு காவலர்கள் கத்தி செருகிய துமுக்கியோடும்[126], முன்புறம் ஒரு தலைமைக் காவலர் முகத்திற்கு நேராகத் தூக்கிய வாளோடும் முன்னேற்பாடாக நின்று வணக்கம் செய்தனர். நாங்கள் அந்த வணக்கத்தை ஏற்றோம். இப்படியாகக் காவல்படை வழக்குமன்றம் வரை எம்மைச் சிறப்போடு அழைத்துச் சென்றது.

---

120 *Further Remand* - கூடுதல் காவல் வைப்பு

121 *Deputy Superindentent* - துணைக் கண்காணிப்பாளர்.

122 *Inspector* - ஆய்வாளர்.

123 *Head Constable* - தலைமைக் காவலர்.

124 *Rivolver* - கைத் துமுக்கி.

125 *Rifle* - சுழல் துமுக்கி.

126 *Binet Gun* - முனையில் கத்தி பொருந்திய துமுக்கி.

51

ஆட்சியரின் கடும் சூழ்ச்சி

இதன் நடுவில் எமனைப் போன்ற கொடியவனான 'விஞ்சு' தொலைவரி மூலமாகச் சென்னை ஆளுநருக்கு பற்பல தவறான செய்திகளை எழுதி அனுப்பி அவர் மனத்தை மாற்றினான். தூத்துக்குடியிலும், நெல்லையிலும் நான் அறிவுக் கூர்மையுடன், ஆற்றிய சொற்பொழிவுகளில் பற்பல 'இராச நிந்தனை' இருப்பதாகப் புகார் கொடுக்க ஆளுநரின் ஒப்புதலைப் பெற்றான். அந்தப் புகாரில் பத்மநாபனை எங்களோடு சேர்க்காமல் விட்டான். திங்கட்கிழமையன்று என்மீதும், சிவத்தின்மீதும் புகார்கொடுக்கும்படி செய்து பிடியாணை[127] கொடுத்தான். அதை எடுத்துக்கொண்டு காவலர் சிறைக்கு வந்தனர். ஐந்தரை மணிக்கு அவர்களின் தலை தென்படுவதை நான் கண்டேன். அவர்கள் நமக்கு நஞ்சு போன்ற செய்தியினைக் கொண்டு வந்தனர் என்று எண்ணினேன்.

சிறையின் கண்காணிப்பாளர் "உம்மைச் சிறையிலிருந்து விடுவிக்கும் ஆணை இன்னும் வரவில்லை. காலையில் வந்துவிடும். வந்ததும் உம்மிடம் ஒப்பம் வாங்கி, விடுதலை செய்கிறேன். வீட்டுக்குப் போகலாம்" என்று கெடுதலை செய்வதே எண்ணமாகக் கொண்டு சொன்னான். செவ்வாயில் உரிய ஏற்பாடுகளைச் செய்துகொண்டு தன்னுடைய சிவந்த வாயைத் திறந்து, "நீர் நடந்து உம் வீட்டுக்குப் போகலாம்" என்றான். என்ன நடக்கிறது என்பதை நான் ஊகித்திருந்தேன். எனவே, "இப்போது ஒப்பம் இட எனக்கு விருப்பமில்லை. அதுபற்றி நான் சிந்திக்க வேண்டும்" என்றேன்.

வழக்கு மன்றத்திற்குப் போனேன். அங்கு காவலர் எனக்கு மானிடரின் அச்சத்தைக் காட்டுவதுபோல் வணக்கம் செய்தனர். கணக்கற்ற காவலர் அங்குமிங்கும் உலவினர். வண்டியை விட்டு இறங்கியதும், தூங்கி விழித்தவர்கள் போல மிதிவண்டிக் காவலர்கள் எதிரில் வந்து எம்மை உற்றுப் பார்த்தனர். அவர்கள் முன்னே நடந்தனர். மூவரும் அவர்களின் பின்னால் நடந்தோம். குறித்த நேரத்தில் 'விஞ்சு'வின் முன் நேர்நின்றோம். பல நாட்கள் எம்மைச் சிறையில் வைக்கும் நினைப்பை மனத்தில் கொண்ட அவன்

---

127 *Warrant* - பிடியாணை.

எம்மைச் சிலநாட்கள் சிறையில் வைக்க அருள் செய்தான். முன்பு சொன்னதுபோல, சிறப்பான ஏற்பாடுகளோடு சிறைக்குச் சென்றோம்.

அன்றே ஒப்பமிடும்படி, நண்பர்கள் கூறினர். மறுநாள் காலையில் ஒப்பம் வைத்துவிட்டு, உள் கதவின் அருகே வந்தேன். அப்போது அங்கே கூடியிருந்தவர்களில் துணைக் கண்காணிப்பாளர் திடீரென்று எம்முன் வந்து "இப்படியொரு பிடியாணை இருக்கிறது" என்று சொன்னான். "தெரிந்தேதான் வந்தேன். செல்வோம்" என்றேன். எரிந்து போக வேண்டிய பிணம் போன்ற 'விஞ்சு'வின் எதிரே போய் நின்றேன். உயிரைத் தின்னும் இச்சை கொண்ட பேய் தன் பெரிய வாயைத் திறப்பது போலத் தன் வாயைத் திறந்தவன் "ஈ.எச். வாலேசு இங்கே கூடுதல் மாவட்ட நடுவராக[128] வந்துள்ளார். அவருடைய வழக்கு மன்றத்திற்குப் போ" என்று கூறினான்.

பின்னர் வாலேசு வந்தான். காலக்கெடு தந்தான். சிவத்தின் சொற்பொழிவுக்கு நான் உதவி செய்ததாக இன்னொரு புகார் என்மீது வந்தது. சொற்பொழிவின்போது காவலர் கேட்டு எழுதும் பொய்க்குறிப்புகள் மேற்சொன்ன புகார்படியே இருந்தன. நான் முன் குறிப்பிட்ட மூவரும் எம்முடைய வழக்குரைஞர்களாகத் தொடர்ந்து வழக்காடினர். சென்னையிலிருந்து வந்த பவல்[129], ரிச்மண்டு[130] ஆகியோர் வழக்குத் தொடர்ந்த அரசின் தரப்பில் வழக்காடினர்.

எம்மைச் சிறையில் வைத்த விஞ்சுக்கு இவ்வாறு தகாத ஆணையிட அதிகாரம் இல்லை என்று உயர்அற மன்றம் கூறிவிட்டது. இதனால், பத்மன் விடுதலையாகி அவனுடைய வீட்டுக்குச் சென்றான். அவன் விடுதலை கண்டு நாங்கள் மகிழ்ந்தோம்.

---

128 *Additional district magistrate* - கூடுதல் மாவட்டக் குற்றவியல் நடுவர்.

129 *M. Bowel.*

130 *Richman*

52. பாலைவனச் சோலை!

திருநெல்வேலியில் தீயிட்டுக் கொளுத்தியதாக நண்பன் குருநாதனைப் பொய்வழக்கு ஒன்றில் அகப்பட வைத்தனர். திருமந்திர நகரில் இருந்த வழக்குரைஞர் பலரையும் தொல்லை செய்திட நினைத்த ஒழுக்கம் என்பதே இல்லாத 'ஆசு' அவர்களிடம் நன்னடத்தைப் பிணை தருமாறு கேட்டான்.

சென்னை உயர் வழக்காடு மன்றத்திற்கு வழக்கை மாற்றுமாறு நம் வழக்குரைஞர்கள் உறுதியாக வழக்காடினர். இதனால், பிணை நீக்கப்பட்டது. நிபந்தனை மட்டும் இருந்தது. உதவி ஆட்சியராக வந்தவன் போதிய சான்றுகள் இல்லாததால், வழக்கை முடித்து வைத்தான்.

என்னுடைய வழக்குக்காக நான் போகும்போதும், வரும்போதும் என்னுடைய வீட்டுக்குச் சென்று, என் நலத்தைக் கூறியும் அவர்கள் கொடுத்த உணவை உண்டும், எல்லோரோடும் பேசி மகிழ்ந்தும், பிள்ளைகளோடு இருந்தும் இன்பமாக இருந்தேன். எம்மைச் சிறையில் துன்பமில்லாமல் இருக்கும்படியான நல்ல செயல்களைச் செய்த துணைச் சிறை அதிகாரிக்கும் நல்லவரான மருந்திட்டுக் கட்டும் பணியாளருக்கும் நான் நன்றிக்கடன் பட்டுள்ளேன்.

காலம் தந்த கோலம்!

1898 - 1907 செல்வமும் செல்வாக்குமாக இருந்த காலம்.

1908 - 1912 சிறையில் வாடிய காலம்

1913 - 1936 வறுமையில் உழன்ற காலம்

53. வழக்கு நடந்த வகை

நான் முன்பு குறிப்பிட்ட வாலேசு தொடர்ந்து எம் வழக்கினை உசாவி, மேல்வழக்கு மன்றத்திற்கு மாற்றி உத்தரவிட்டான்.[131] பின்னி[132] கூடுதல் அமர்வு நடுவராக[133] அமர்ந்தான். சடகோபாச்சாரியார், நரசிம்மாச்சாரியார், வெங்கடாச்சாரியார் ஆகியோர் எனக்காக வழக்காடினர்[134]. கௌடல்[135], சாது கணபதி பந்துலு, பீட்டர் ஆகியோர் சிவத்தின் வழக்குரைஞர்கள். நான் முன்பு கூறிய சென்னை வழக்குரைஞர்களான பவல், ரிச்மண்டு ஆகியோர் அரசுத் தரப்பு வழக்குரைஞர்கள். வாலேசுவின் முன்பாகவும் பின்னியின் முன்பாகவும் மிகுதியாக நடந்த செயல்களை இங்குச் சொல்லமாட்டேன். அதற்குக் காரணங்கள் பற்பல. யுகாந்திரம்[136] என்ற இதழ் முன்பே இதுபற்றி எழுதியுள்ளது. பார்த்துக் கொள்ளவும்.

வழக்குத் தொடுப்போர் ஆட்சியாளர். அந்த வழக்கை உசாவுவோர் (விசாரிப்போர்) அந்த ஆட்சியாளரின் காலிலிருந்து உதிரும் மயிரை விடத் தாழ்ந்தவர்கள். ஞாயமாகக் கேட்டல், ஞாயமாக எழுதுதல், இரக்கத்துடன் தண்டித்தல், அறத்தைக் காத்தல் ஆகியவற்றை இக்கலியுகக் காலத்தில் எப்படிக் காண முடியும்? உசாவல் செய்தோரின் நிலைமை இப்படியிருக்க, இரு தரப்புக் கட்சியும் இரு தரப்புச் சான்றுரைப்போரும் திறமையாகப் பொய்களைப் பேசினர். ஏனெனில், தற்காலத்தில் வந்துள்ள சட்டங்கள் பொய்களைச் சொல்லும்படி உதவி செய்கின்றன. இப்படிச் பொய்கள் சொல்லப்பட்டபோது, தீயவற்றைச் சொல்வதும் தீயது என்ற ஆய்ந்து பார்த்து அறிவுடையோர் சொன்னதை நினைத்துப் பார்த்தேன். பின்னி இறுதியில் சூலை ஏழுவரை காலக் கெடு என்று தீர்ப்பளித்தான்.

---

131 Committal - மேல் வழக்கு மன்றத்திற்கு மாற்றும் ஆணை.

132 A.F. Phinhey.

133 Additional session - கூடுதல் அமர்வு நடுவர்.

134 இது தூத்துக்குடி சதி வழக்கு என வழங்கப்பட்டது.

135 Cowdell.

136 கல்கத்தாவில் வெளிவந்த வங்காள இதழ்.

அன்று காலையில் பிச்சன் 'காப்பி' கொண்டு வந்தான். அவனிடம் சிரிப்போ, மகிழ்ச்சியோ காணப்படவில்லை. என்னிடமிருந்த இரண்டு நகைகளை அவனிடம் மகிழ்ச்சியுடன் கொடுத்தேன். அழுதான். "அளியனே! தெய்வத்தின் செயலுக்கு நாமென்ன செய்ய முடியும்? அதே தெய்வத்தின் செயலால் விரைவில் திரும்பி வருவேன். வருத்தப்படாதே! உன் தங்கை வருத்தப்படாமல் இருக்குமாறு எடுத்துச் சொல்" என்று சொன்னேன். என்னிடம் இருந்த புத்தகங்களை எல்லாம் அவனிடம் கொடுத்தேன். தன்னுடைய உடைந்த மனத்தோடு அவற்றைக் கைதாழ்த்திப் பெற்றுக்கொண்டான். மதிய உணவை மயங்கிய உள்ளத்தோடு கொண்டு வந்தான். ஏற்பட்டிருக்கிற சூழ்நிலையைப் பற்றிப் பேசிக்கொண்டே சாப்பிட்டோம். கதவைத் தாண்டி என் முதல்மகன் வரக்கண்டேன். என்னுயிர் பதைத்தது. என் உள்ளம் கட்டுப்பாட்டை இழந்தது. அவனைத் தூக்கினேன். முத்தம் கொடுத்தேன். என் மடியில் அமர்த்திக் கொண்டேன். தின்பண்டங்கள் சிலவற்றை அவனிடம் கொடுத்தேன். அவனிடம் சில செய்திகளைக் கூறினேன்.

என்மனமும் என்னுடலும் என்சுகமும் என்அறமும்
என்மனையும் என்மகவும் என்பொருளும் - என்மதியும்
குன்றிடினும் யான்குன்றேன் கூற்றுவனே வந்தாலும்
வென்றிடுவேன் காலால் மிதித்து.

- வ.உ.சி.

54

குழந்தைக்கு ஆறுதல்!

“ஐயா! அம்மா இன்று அழுகிறாள்” என்றான். நான், “ஐயா! நீயும் அழுதாயா” என்றேன். “நான் அழவில்லை. இன்று சாயுங்காலம் உன்னை வெளியூர்க்குக் கொண்டு போகிறார்கள் என்று மாமா சொன்னார். அது உண்மையா, சொல்!” என்று கேட்டான். “அவன் உன்னை அழச் செய்வதற்காக அப்படிச் சொன்னான். அதிருக்கட்டும். நான் வெளியூர் சென்றால், நீ அதைப் புரிந்துகொண்டு, மன உறுதியோடு இருப்பாயா?” என்று கேட்டேன். உடனே, அவன் என் முகத்தைப் பார்த்து “நீ வெளியூர் சென்றால், நான் அழமாட்டேன். நீ என்னைப் பிரிந்து செல்வாயா?” என்று கேட்டான். எனக்குக் கண்ணீர் பெருகியது. அவன் என் முகத்தை மீண்டும் மீண்டும் பார்த்தான். எனக்குக் கண்ணீர் மிகுதிப்படவே, கைத்துணியால் துடைத்துக் கொண்டேன். அவன் என் கண்ணீரைத் துடைத்தான். நான் கவனம் அடைந்தேன். என் தவறை உணர்ந்தேன். உடனே தெளிவடைந்து, என் முகத்தைத் துடைத்துக் கொண்டு அவனுடைய கண்ணீரைத் துடைத்தேன். நெஞ்சோடு சேர்த்தணைத்து, “யார் அழுதாலும் நீ அழாதே” என்றேன். “சரி அழவில்லை” என்று கூறினான்.

அவனுடைய அழகான முகத்தில் முத்தமிட்டேன். “நீ தம்பியை நல்லபடியாகக் கவனித்துக் கொண்டு நலமாக இரு!” என்று சொன்னேன். அளியனைப் பார்த்தேன். அவன் சிறுவனை வாங்கிக்கொண்டு போனான். அதுவரையில் என்பக்கத்தில் நின்று அழுகையில் மூழ்கிக் கிடந்த சிவம், குருநாதன் இன்னும் சில பாதுகாவலர்கள் ஆகியோரிடம் “நாம் செய்த தவத்தின் பயன் இது. சோர்வடையாதீர்” என்று கூறினேன். கணக்கில்லாக் காவலர் வந்து வெளியில் நின்றனர். எண்ணவியலாத அளவுக்குத் துமுக்கிகளுடன் வந்த காவலர் எம்மை அழைத்தனர். வழக்கப்படி இரண்டு வண்டிகளில் ஏறினோம். கிழக்கு, தெற்கு, மேற்கு, வடக்கு என்னும் நான்கு திக்குகளிலும் அவர்கள் சுற்றி வளைத்திருந்தனர். நிலவை விழுங்கும் பெரும்பாம்பைப் போல் வண்டிகள் தொடர்ந்து வந்தன. நான்கு பக்கங்களிலும் நம்மவர்

நடந்து வந்தனர். இவ்வாறாக, வழக்கு மன்றத்தை அடைந்தோம். என் மாமன் என் பின்னால் மகனோடு நின்றான். இங்கே எது நடந்தாலும் சோர்ந்துவிடக் கூடாது என்று கூறினேன்.

சிறைத்தண்டனைக்கு எதிர்ப்பு

ஒரு நாகரிக ஆட்சி, பின்னியின் அரசியல் கொள்கைகளை ஏற்க மறுக்கும் நாள் மிக நல்ல நாளாகும். சுதேசிக் குறிக்கோளுக்காகப் பணிபுரிவது குற்றமென்றால், இந்திய மக்கள் முப்பது கோடிப் பேர்களும் குற்றவாளிகளே.

- பெங்காலி இதழ்

விடுதலை வேட்கையை வெளியிட்டதற்கு இரண்டு வாழ்நாள் தண்டனைகள். பிள்ளையத் தவிர வேறு யாருக்கும் இந்த ‘அநீதி’ இழைக்கப்பட்டதில்லை. நமது தேசிய வீரரின் தியாகத்தின் முன் நாம் தலை வணங்குகிறோம். விடுதலை பெற வேண்டும் என்ற நோக்கமே ‘பின்னி’யின் நோக்கில் குற்றமாகிவிட்டது.

- அம்ருத்பசார் இதழ்

தேசபக்தர் சிதம்பரனாருக்கு அளிக்கப்பட்ட தண்டனை ஞாயத்திற்கும் சட்டத்திற்கும் எதிரானது. சிதம்பரம்பிள்ளையின் தியாகம் மிகப்பெரிய ஆற்றல் வாய்ந்தது.

- ஸ்டேஸ்மென் இதழ்

சிதம்பரம் பிள்ளை எதற்காகத் தண்டனை பெற்றாரோ அதனையே பொதுமக்களும் பின்பற்ற வேண்டும்.

- இந்தியா இதழ்

இக்கொடுந் தண்டனையால் பிரிட்டிசு நீதிக் துறைக்கே அவமானம். இந்தத் துக்கத்தைத் தென்னிந்திய மக்கள் எப்படிப் சகிப்பார்கள்!

- சுதேசமித்திரன், 10.07.1908

வ.உ.சி.யின் தண்டனையை எதிர்த்து எழுதியதற்காக விசயவாடாவிலிருந்து வெளிவந்த சுயராஜ்யா என்ற தெலுங்கு வார இதழ் மூடி, முத்திரையிடப்பட்டது.

தூத்துக்குடி மனிதர்களுக்கு அளித்திருக்கும் தண்டனையை ஏற்றுக்கொள்ள முடியாது. இத்தகைய முட்டாள்தனமான தீர்ப்பை நான் ஆதரிக்க முடியாது. இத்தகைய முட்டாள்தனங்களையும் தவறுகளையும் திருத்துவதற்கு முயற்சி செய்யுமாறு வேண்டிக் கொள்கிறேன். அமைதியும் ஒழுங்கும் நிலை நாட்டப்பட வேண்டியதுதான். ஆனால் குற்றத்திற்கு மிக அதிகத் தண்டனையால் அமைதியும் ஒழுங்குமே நிலைப்பதற்கு மாறாக நம் மீது மக்களுக்கு நம்பிக்கை போய்விடும்.

- இங்கிலாந்து அமைச்சரான மார்லி

55

நாற்பது ஆண்டுகள் நாடு கடத்தல் சிறை

'பின்னி' முன் நின்றோம். அவன் திட்டமிட்டுப் பல நாட்களாக எழுதி எடுத்து வந்த தீர்ப்பினை[137] எடுத்துப் படித்தான். சிலமணி நேரத்தில் அரசுக்கு எதிராக சொற்பொழிவுகள் நிகழ்த்திய குற்றத்திற்காகச் சிவத்திற்குப் பத்தாண்டுகள் நாடு கடத்தல் சிறைத் தண்டனை வழங்கினான். சிவத்திற்கு உதவி புரிந்ததற்காக[138] எனக்கு இருபது ஆண்டுகள் நாடு கடத்தல் சிறைத் தண்டனையும், நெல்லையில் ஆற்றிய சொற்பொழிவிற்காக[139] இன்னொரு இருபது ஆண்டுகள் நாடு கடத்தல் சிறைத் தண்டனையும் ஆகக் கற்றோர் மனமும் கலங்கிடும் வண்ணம் 40 ஆண்டுகள் தண்டனை[140] கொடுத்தான். கொஞ்சமும் கலங்காமல், இது என்னுள்ளம் கவர்ந்துள்ள இறைவனின் கொடை என ஏற்றுக் கொண்டேன். ஆயினும், ஞாயம் வழங்கப்பட்ட முறையை நினைத்து உள்ளுக்குள் சிரித்தேன். என்றோ செய்த பிழை இப்போது தண்டித்தது என்று நினைத்தேன். சிலமணி நேரங்கள் மாடியில் காத்திருந்தோம். பின், கூடியிருந்த மக்கள் கூட்டத்தைக் கலைத்துவிட்டுக் காவலர் வந்து சேர்ந்தனர்.

> பிள்ளையின் மேடைச் சொற்பொழிவு முழக்கத்தையம், பாரதியாரின் பாடடையும் கேட்டால், செத்தபிணம் கூட உயிர்பெற்று எழும்; புரட்சி ஓங்கும்.
>
> - பின்னி வழங்கிய தீர்ப்பின் சிலவரிகள்

137 தீர்ப்பு நாள்: சூலை-7-1908.

138 சிவத்திற்கு அடைக்கலம் கொடுத்த குற்றம். இந்தியக் குற்றவியல் சட்டம் பிரிவு 124 அ.

139 அரசுக்கு எதிராகப் பேசியது - இ.கு.ச. பிரிவு 153 அ. (1908 ஆண்டு பிப்ரவரி 23, 26, மார்ச் 1, 3 ஆகிய நாட்களில் பேசியது)

140 இந்த நாற்பது ஆண்டுத் தண்டனையை அந்தமான் சிறையில் கழிக்க வேண்டும்.

56
உயர்வு ஒன்றே உள்ளது

சிறைக்குச் சென்றோம். செல்லும் வழியில் கோயிலின் முன் என் தந்தையும், பெரிய அளியரும் நின்றிருந்தனர். வருத்தப்பட வேண்டாம் என்று கூறினேன். என் மூத்தமகன் கண்ணில் தட்டுப்படவில்லை. இளைய மகனை என் பெரிய அளியர் (மைத்துனர்) தூக்கி வைத்துக் கொண்டிருப்பதைப் பார்த்தேன். உடனே கண்ணீர் வந்தது. மனவலிமையோடு அடக்கிக் கொண்டேன். என் வீட்டில் நின்ற முன்சொன்ன பெண்மணி கண்ணீர் சிந்தி, தலையில் கை வைத்து, மிகவும் அழுதாள். "அழுகை வேண்டாம். மக்களைக் கவனி" என்று வண்டியில் இருந்த நான் செய்கைகளால் பேசினேன். அவளும் கண்டாள். என் மனைவி வீட்டினுள் மதிமயங்கிக் கிடக்கிறாள் என்று ஒருவர் சொன்னார்.

சிறைக்குள் சென்றோம். துணைச் சிறை அதிகாரியும் நின்றிருந்த இன்னும் சிலரும் எம்மை நெருங்கி வந்து அழுதனர். "அவன் விரும்பி நினைத்தபடியே தீர்ப்பை வழங்கினான். மனஉறுதியோடு துயரை நீக்குங்கள்" என்றேன். முன்சொன்ன அதிகாரி, "அப்பா, நீ இனிமேல் சோர்வடைய வேண்டாம்" என்று மிகுந்த கண்ணீருடன் சொன்னார். "சோர்வு என்பது எப்போதும் என்னிடம் வராது, உயர்வு ஒன்றே என்னிடம் சேரும்" என்று கூறினேன். சரியென்று சொல்லி உள்ளே போனார். நாங்களும் அவரோடு சென்றோம். அங்கு எங்கள் உடைகளைக் களைந்து மகிழ்ச்சியோடு வைத்தோம், எடையைப் பார்த்தோம். 59 அயிரச் சீரெடை (கிலோ) எடை இருந்தேன். ஓர் அயிரச் சீரெடை எடை குறைந்திருந்தேன். சிவத்தின் எடையை நான் கவனிக்கவில்லை. சிறை அதிகாரி மீண்டும் வந்தார். வெளியிலிருந்து ஒருவன் ஆடைகளை எடுத்து வந்தான். அதை வாங்கி எமக்கு வழங்கியபோது அவனும், மற்றோரும் வருந்தி நின்றனர்.

57
சிரிப்பூட்டும் சிறையுடை

சிறை உடையின் பெருமையை இனி உன்னிடம் கூறுகிறேன். மன உறுதியுடன் இருந்து சிரிப்போடுக் கேட்டுக் கொள். மரத்தின் பட்டை என்று சொல்லக்கூடிய அளவில் விறைப்பாக உள்ள துணியில் கைகளும், கால்களும் இல்லாமல் தைக்கப்பட்ட உடை அது. அதே வகைத் துணியில் மிகவும் சிவப்பான நிறத்தில் தலைக்கவிப்பு[141] என்று சொல்லப்படுவதையும் கால்சட்டை ஒன்றும் மேல் சட்டை ஒன்றும் சேர்த்து ஆளுக்கு மூன்று தந்தனர். மூன்றையும் அணிந்து கொண்டால், நம் உருவம் தோன்றாது. முண்டமாகத்தான் தோன்றும். திறமையுடன் ஆட்சியைப் பிடித்து தவறான வழிகளில் ஆட்சி செய்வோர் வழங்கியவற்றை ஏற்றுக் கொள்வது எம் போன்றோர்க்கு இயல்புதான் என்று மனதில் கருதினோம். எம் உருவத்தை மறைக்கும் அந்த உடையை எம்முடைய பெயர் விளங்கும்படி விரும்பி உடுத்திக் கொண்டோம். பின்னர், அங்குள்ள பெரிய அகலமான கட்டிடத்திற்குச் சென்றோம்.

---

141 குல்லா - தலைக் கவிப்பு

58
மலையே! மயங்காதே!

அங்கு வலிய அரக்கன் போன்ற ஒருவன் வந்து கால்களில் மாட்டிக் கொள்ளுமாறு தண்டைகள் தந்தான். அரிய பொன்னால் செய்த தண்டைகளைக் காலில் அணிவது குற்றம் என்பதால், இரும்பினால் செய்து அணியக் கொடுத்திருக்கிறார்கள் என்று கருதி அதுபற்றி எதுவும் கூறவில்லை.

அருகிலிருந்த திண்ணையில் அமர்ந்த என் நண்பன் பின் படுத்துக் கொண்டான். நான் என்னால் இயற்றப்பட்டப் பாடல்களைப் பாடிக்கொண்டு உலவிக் கொண்டிருந்தேன். மாலை வந்தது. நண்பன் எழுந்தான். “அறிவு மயங்கித் திடீரெனப் படுத்தேன். இதுவரை நடந்தது எதுவும் தெரியாது” என்று சொன்னான். “பெரிய மலையைப் போன்ற உறுதி உடையவனே! நீ உறங்குகிறாய் என்று நான் கண்டு கொள்ளாமல் இருந்தேன். ஏனெனில், இப்படி நன்கு உறங்கினால், உன்னுடைய கடுமையான உடற்களைப்புப் போகுமென்று எண்ணினேன். எதற்கும் மயங்காத உன் உள்ளம் மயங்கியது என்று சொன்னால், ஏற்கனவே மயங்கியுள்ள என் உள்ளம் இறந்து போகுமே!” என்றேன்.

அந்நேரம் எம்மிடம் வந்த சிறை அதிகாரி “இப்போது மருத்துவ மனைக்குப் போவோம்” என்றான். மூவரும் நடந்து போனோம். நன்மைகள் செய்யும் குணம் கொண்ட மருந்திட்டுக் கட்டும் பணியாளர் நடந்த நிகழ்வுகளுக்கு வருத்தம் தெரிவித்தான். எம் எடையைக் கணக்கிட்டான். பின் தன்னுடைய சிறந்த மனத்தோடு. “தகுதி உள்ளோரே! உமக்குப் பால் அனுப்புவோம்; நன்றாக அருந்துங்கள்” என்று அனுப்பி வைத்தார். இருவரும் நிறையப் பாலைக் குடித்தோம்.

59
நள்ளிரவில் விருந்து

தெரிந்தவன் ஒருவன் சட்டியும் கலயமும் கொண்டு வந்து தந்தான். நண்பன் குருநாதன் கோவென அலறியதாகவும், அவற்றில் உண்ணாமல் துயர்ப்பட்டதாகவும் கேள்விப்பட்டோம். சிறையில் எம்மைக் கண்ட சிறையாளிகள் ஒருசிலர் செய்தியறிந்து கதறி அழுதனர். நாங்கள் படுத்து உறங்கினோம். இரவு பத்தரை மணிக்கு எம்மிடம் வந்த இருவர் எம்மை எழுப்பி வடைபழம்[142] தந்தனர். நாங்கள் இருவரும் சிலருக்குப் பங்கிட்டுக்கொடுத்துப் பேசிக்கொண்டே சாப்பிட்டோம். விடிந்ததும் வேளாளன் ஒருவன் வீணாகிப்போன கேழ்வரகில் மண்ணோடு காய்ச்சிய கூழைக் கொண்டு வந்து தந்தான். அதைக் குடிக்காமல், கீழே கொட்டிவிட்டோம். ஏழையரான எம் இருவர்க்கும் குருநாதன் பலகாரம் அனுப்பி வைத்தான். நன்றாகச் சாப்பிட்டோம்.

முக்கனியின் சாறெடுத்து முந்திரி ஏலம் வாதம்
அக்காரம் தேன்பாலோ(டு) அட்டூட்டக் - கக்குமெந்நா
கேழ்வரகின் கூழுண்ணல் கேடறியாய் நின்மலர்த்தாள்
வாழ்வதொக்கும் கற்காட்டில் வந்து

- வ.உ.சி. (மனைவிக்கு எழுதிய கடிதம்)

142 வடைபழம் - நெல்லிக்கனி முதலியவற்றை அரைத்துத் தட்டிய வடை.

60

கோயமுத்தூர்ச் சிறைப் பயணம்

சற்று நேரத்தில் சிறை அதிகாரி வந்து அழைத்தான். கோயமுத்தூருக்கு என்னை அழைத்துச் செல்ல இருப்பதாகச் சாயுங்காலமே கேள்விப்பட்டிருந்தேன். இப்போது அழைப்பு வந்தது. சிவத்தை வணங்கி விடைபெற்றேன். வழியில் குருநாதனைப் பார்த்துவிட்டு, வாயிற் கதவருகே வந்தேன். கதவைத் திறந்தனர். தலைமைக் காவலர் முதல் உயர் அதிகாரி வரை துமுக்கி (துப்பாக்கி)களைக் கையில் வைத்துக் கொண்டு கணக்கற்ற காவலர் எனக்கு மிகமிக நெருக்கமாக வந்தனர். நான் வண்டியில் ஏறினேன். கோவிலின் முன் போய்ச் சேர்ந்தேன். என்னிடம் வந்து பேசிய மாமன் "இனி என்று காண்பதோ?" என்று கண்ணீர் பெருக்கினான். நேற்று நீங்கள் சொன்னபடி உம்மைச் சேர்ந்தவர்கள் நேற்றே இங்கிருந்து போய்விட்டனர்" என்றான்.

சரியென்று கூறிய நான் வணங்கி அவரிடம் விடைபெற்றேன். அன்று வழியில் நான் கண்ட மக்கள் எல்லாரும் அழுதபடியே இருந்தனர். வழக்குரைஞர் சடகோபாச்சாரியர் தங்கியிருந்த இடத்தின் முன்பாக, தன் வலிமை எல்லாம் நீங்கிச் சென்று கொண்டிருந்த என் அளியரைக் (மைத்துனனைக்) கண்டேன். அவனிடம் அறிவை இழக்காதே என்று கூறினேன். அந்நேரத்தில் வெங்கு ஐயர் முதலியோர் "விரைவினில் உம்மை மீட்டிடுவோம்" என்று கூறினர். நான் இருந்த வண்டி விரைவில் வெகுதொலைவு சென்றது. பாலத்தைக் கடந்தபோது நண்பர்கள் பலரும் மிகவும் நெருங்கி என்னிடம் வந்தனர். "விரைவினில் திரும்பி வருவேன். 'சுதேசியத்தை' விட்டு விடாதீர்கள். உலகில் அதுவே நமக்கு வேண்டிய தெல்லாம் தரும்" என்று அவர்களிடம் கூறினேன். எல்லாரும் ஒரே குரலாகச் சரி என்று கூறினர்.

61

வழியெங்கும் வரவேற்பு

அங்கிருந்து போய், தொடர்வண்டி நிலையத்தில் இருந்த காவல் நிலையத்திற்குப் போனேன். காவலர் தொடர்வண்டியை விருப்பத்துடன் எதிர்பார்த்தனர். அங்கும் அளவில்லாத மக்கள் கூட்டம் நின்றது. காவலர் எல்லா இடத்திலும் தொடர்ந்து உலவினர். தொடர்வண்டி வந்ததும், நான் அதில் ஏறி, வெளியில் இருந்தவர்களிடம் விடைபெற்றுக் கொண்டிருந்தேன். என்னுடன் ஒரு வெள்ளைக் காவல் ஆய்வாளரும், முன்னர் நான் கண்ட மூன்று காவலர்களும் இருந்தனர். என் பின்னால் இருந்த பெட்டியில், கணக்கில்லாத அளவில் காவலர் ஏறி, என்னைக் கண்காணித்தபடி இருந்தனர். வண்டி புறப்படும்போது வந்த ஒருவன் என்னிடம் கைநிறையச் சில்லறை தந்தான். கங்கை கொண்டான் வந்தபோது அங்குள்ளோர் கை குவித்து வணக்கம் சொன்னார்கள். நானும் வணக்கம் சொன்னேன்.

மணியாச்சி வந்ததும் நண்பர்கள் வந்து "எமக்குச் சொல்லும் பணி என்ன?" என்று கேட்டனர். "நம் கப்பல் நிறுவனத்தை நல்லபடியாக நடத்தி வாருங்கள். நான் சொல்வது இதுவே! செல்கிறேன்" என்றேன். மிகவும் வருந்தி நின்றனர். "இப்படி வருத்தப்படுவதை விட்டுவிட்டு, செய்ய வேண்டிய செயல்களை நாள்தோறும் செய்து வாருங்கள்" என்று கூறிவிட்டு வண்டியில் ஏறினேன். நண்பர்கள் கண்ணீர் நிறைந்த கண்களோடு சரி என்றனர்.

மதுரை வந்ததும் அன்பர்கள் பலரும் வந்தனர். மதுரக் கவிகளை நான் காணவில்லை. என் உயிரான நண்பன் திரவியம் என் அருகில் வந்து "இனி யாம் என்ன செய்வோம்" என்று சொல்லி அழுதான். "அழுவதால் ஒரு பயனும் இல்லை. நடப்பது நடந்தே தீரும். உன் காலில் எப்படி அடிபட்டது?" என்று கேட்டேன். அவன் நடந்ததைச் சொன்னான். அங்கிருந்த மக்களிடம் எனக்கு நேர்ந்ததைக் கூறிய நான், பயணத்தைத் தொடர்ந்தேன்.

62
மாணவர்தம் அன்பு

திருச்சி தொடர்வண்டி சந்திப்பில் மனநிறைவோடு உண்டேன். அங்கிருந்த காவல் நிலையத்தில் அமர்ந்து ஓய்வெடுத்தபின், வண்டியில் ஏறினேன். அப்போது மாணவர் பலரும் என்னிடம் வந்து அன்புடன் பேசினர். அவர்களிடம் பேசிவிட்டு, வண்டியில் நான் படுத்து நன்றாக உறங்கினேன. ஈரோட்டில் கால்கழுவிக் கொண்டு, பாதனூரில் புதிய உணவை உண்டு, குற்றமில்லா நகரான கோயமுத்தூர் சென்றடைந்தேன். அன்பர் பலரும் என்னைப் பார்க்கவந்து அங்கு குழுமியிருந்தனர். காவலர் பலரும் அங்கு வந்து வண்டியின் மறுபக்கமாக என்னை இறக்கி, ஒரு வண்டியில் ஏற்றி விரைந்து சென்று நடுவண் சிறைச்சாலையுள் சேர்த்தனர். பின்னர்ச் சிறைக்குள் நிகழ்ந்தவற்றையும் நான் தெரிந்து கொண்டவற்றையும் இங்குக் கூறுவேன்.

இரண்டாம் பகுதி

தோற்றுவாய்

உலகமெல்லாம் புகழும் நன்மைகள் நிறைந்ததும் காந்தி என்கிற மாமுனிவன் ஏந்தியதுமான சிறந்த கொள்கையை நிலமெங்கும் பரப்புவதற்குக் காந்தியின் பெயரால் இதழொன்றை நடத்தி, எல்லாத் திக்குகளுக்கும் அனுப்பும் தொண்டைச் செய்கின்ற சொக்கலிங்கம்[143] என்ற தூயவனே! கேட்பாயாக!

சிதம்பரனார் தூய தமிழர். தமிழருக்குரிய ஆண்மையும் ஆற்றலும் ஒரு வடிவமெடுத்துக் கண்ணுக்குத் தோன்றுமானால், அது சிதம்பரம்பிள்ளையைப் போலத்தான் தோன்றும். நான் இங்கிலாந்தில் இருந்தபோதும், அதற்குப் பின்னர் கொஞ்சநாள் வரையிலும் அரசியலில் புரட்சிக்காரனாகவே இருந்தேன். அதற்குக் காரணம் சிதம்பரம்பிள்ளை நடத்திய தூத்துக்குடி புரட்சியே ஆகும்.

எனவே, சிதம்பரனார் எனது முதல் அரசியல் குரு என்பதைப் பெருமையுடன் சொல்லிக் கொள்கிறேன்.

- வ.உ.சி. சிலை திறப்பு விழாவில்
'டாக்டர். தி.சே. சௌ. இராஜன்'

143 டி.எஸ். சொக்கலிங்கம் பிள்ளை.

1
கசிந்தது குருதி

கோயமுத்தூரில் இருந்த ஒளி மழுங்கிய சிறைக்குள்[144] சென்றதும் துணைச் சிறை அதிகாரி வந்தார். பாளையங் கோட்டைப் பாழ்ச்சிறையின் உடைகளை வாங்கிக் கொண்டு, அந்தச் சிறைக்கான உடைகளை வழங்கினார். மேலுடை இரண்டும், கீழுடை இரண்டும், தலைக் கவிப்பு ஒன்றும், கோவணம் ஒன்றும், கயிற்றுப்பாய் ஒன்றும், கம்பளி இரண்டும் வழங்கப்பட்டன. சிறை உடையை உடுத்திக் கொண்டு அவருடன் நடந்து சென்று தண்டனை அடைந்தோர் வாழும் நான்காம் தொகுதிக்குப் பெருமையுடன் சென்றேன். கோணையன் என்ற கால் கோணலாக அமைந்த பாதுகாவலரிடம் என்னை ஒப்படைத்துவிட்டு, துணைச் சிறை அதிகாரி[145] சென்றார். பாதுகாவலர் என்னைச் சணல்கிழி எந்திரத்தைச் சுற்றச் சொன்னான். அவ்வாறே சுற்றினேன். என் கையில் தோல் உரிந்து, குருதி கசிந்தது, எனக்குக் கண்ணீர் பெருகியது.

வ.உ.சி. வாழ்கின்ற தூத்துக்குடிக்கு வரும் பேறு எனக்குக் கிடைத்தது. அந்த வீரப் பெருமகன் சிறைசென்றது கண்டு உருகியவன் நான். எனது நாட்டுப்பற்று மேலும் அதிகமாக, ஆழமாக வளர்ந்ததற்கு பிள்ளையின் ஈகமும் (தியாகம்) ஒரு காரணமாகும்.

- பாபு இராசேந்திர பிரசாத். 1935

144 09.07.1908 அன்று கோயமுத்தூர்ச் சிறை வாழ்க்கைத் தொடக்கம்.

145 *Deputy Jailor* - துணைச் சிறை அதிகாரி.

2
பாதுகாப்பு வள்ளல்கள்

நண்பகல் சட்டியும் கலயமும் வந்தன. உணவினைக் கொடுப்பவன் மகிழ்ச்சியோடு வந்தான். கேழ்வரகு அடை ஒன்றை வைத்து, அதன் கீழ் கோதுமை அடை ஒன்றையும் வைத்துக் குழம்பும் தந்தான். கோதுமை அடையை உண்ணுங்கள், கேழ்வரகு அடையை உண்ண வேண்டாம். என்று அவன் சொல்லிவிட்டுச் சென்றான். நானும் அவ்வாறே சாப்பிட்டேன். எந்திரம் சுற்றினேன்.

இரவு ஒன்பது மணிக்கு மேல்[146] சிவகாசி ஆறுமுகம் பிள்ளையும், அவனோடு சேர்ந்து சிவகாசிக் கலகத்தில் தண்டனை அடைந்த வடுகுராமனும் மாண்புகள் நிறைந்த உயர்நிலை குற்றவாளிப் பாதுகாவலரும், இன்னும் சிலரும் வந்தனர்; வணங்கினர். வடைபழம் கொடுத்தனர். “உம்முடைய ஆதரவாளர்கள் ஒருசிலர் இங்கு இருக்கிறோம். எங்களை இந்தத் தொகுதிக்கு வரக்கூடாது என்று சிறை அதிகாரியான மிஞ்செல் கூறியுள்ளான். அதனால், நாங்கள் ஒவ்வொரு இரவிலும் இங்குவந்து உங்களைச் சந்திப்போம். விடியற்காலையில் இரவை உப்புமாவும், மதியமும், மாலையும் இரவையில் செய்த நல்ல தோசையும் அனுப்பி வைக்கிறோம். யாருக்கும் தெரியாமல் சாப்பிடுங்கள்” என்று சொல்லிச் சென்றனர். சொல்லியபடியே அவர்கள் நடந்து கொண்டனர். அவர்கள் இரவில் வந்து மகிழ்ச்சியாகப் பேசிக் கொண்டிருப்பார்கள். திண்பண்டங்கள் தருவார்கள். பாரதம் பாடுவார்கள்.

---

146 இரண்டாம் யாமம் - இரவு 9 மணி முதல் 12 வரை.

3
செக்கிழுத்த செம்மல்

திங்கட்கிழமை அன்று சிறை அதிகாரி என் கையில் தோல் உரிந்திருப்பதைப் பார்த்தான். உடனே, அவன் எண்ணெய் ஆட்டும் செக்கினை[147], மாட்டுக்குப் பதிலாகப் பகல் முழுவதும் வெய்யிலில் நின்று தள்ளுமாறு அனுப்பினான். அவனுடைய அன்புதான் எப்படிப்பட்டது?

செக்கினை என்னோடு சேர்ந்து தள்ளியவர்கள், "இதை நாங்களே தள்ளிக் கொள்கிறோம் நீங்கள் போய் நிழலில் உட்காருங்கள். எள்ளும் வெல்லமும் சாப்பிடுங்கள். எமன்களைப் போன்ற கண்காணிப்பாளரான காட்சனும், சிறை அதிகாரியும் வரும்போது எங்களுடன் வந்து தள்ளுங்கள்" என்று அன்புடன் கூறினார்கள். நானும் அவர்கள் கூறியபடியே செய்து வந்தேன்.

> நான் செக்கை இழுக்கவில்லை. பாரதத் தாயின் கோயிலை வலம் வருகிறேன்.
>
> - வ.உ.சி.

வ.உ.சி. இழுத்த செக்கு

147 பெரியவர் இழுத்த செக்கு சென்னை காந்தி மண்டபத்தில் பார்வைக்கு வைக்கப்பட்டுள்ளது.

4

சிரித்தால் சிறை! பூட்டினான் அறை!

ஒருநாள் சில சிறையாளிகளுடன் மருத்துவரிடம் சென்று வருமாறு தீயைப்போன்ற கொடியவனான சிறை அதிகாரி அனுப்பி வைத்தான். மருத்துவரிடம் சென்ற நான் சிரித்தேன். "நீ ஏன் சிரிக்கிறாய்?" என்று மருத்துவர் கேட்டார். "அழச் சொல்கிறாயா? அதைச் செய்யமாட்டேன்." என்றேன். இச்செய்தியைக் கண்காணிப்பாளரிடம் மருத்துவர் சொன்னார். நான் பிழை செய்ததாக எழுதியும் அனுப்பினார். சிறைக் கண்காணிப்பாளர் என்னை அழைத்து, "நீ செய்தது தவறு. அதற்குத் தண்டனையாகப் பதினைந்து நாட்கள் கூடுதலாகச் சிறையில் இருக்க வேண்டும்" என்றான்.

ஒரு மாத காலத்தில், சென்னை உயர் வழக்கு மன்றத்தில் செய்த மேல் முறையீட்டில் நேர்மையும், ஒழுக்கமும், நாட்டுப்பற்றும் உடைய நல்லவரான நடுவர் சங்கரநாயர், தகுதியில்லாதவன் ஆன பின்னி தந்த தீர்ப்பினை இடைநிறுத்தம்[148] செய்து அறிவித்தார். எனவே, இனி வேலை செய்ய வேண்டியதில்லை. சொந்த உணவு, சொந்த உடை, சொந்தப் படுக்கை போன்றவை வந்து சேர்ந்தன. நான் அவற்றை ஏற்றுக்கொண்டு மகிழ்ச்சியுடன் இருந்தேன்.

உசாவலுக்காக (விசாரணை) காவலில் வைக்கப்பட்டிருப்போர் இருக்கும் சிறைத் தொகுதிக்கு வந்த சிறை அதிகாரி என்னிடம் வந்தான். "உம்முடைய உடல்நிலைக்கு வேலை செய்தல் மிகவும் நல்லது. நீர் வேலை செய்ய விரும்புகிறீரா?" என்று கேட்டான். "நான் இங்கு வேலை செய்ய வரவில்லை. செய்யவும் விரும்பவில்லை" என்றேன். அவன் என் அறைக் கதவைப் பூட்டி விட்டுப் போனான்.

---

148 Suspend - இடை நிறுத்தம்.

5

மலர்ந்தது "மனம்போல் வாழ்வு"

தீயவனான சிறை அதிகாரி சட்டத்தை மீறி என் அறையைப் பூட்டியதை, திங்கட்கிழமை பார்வையிட வந்த மருத்துவரிடம் கூறினேன். அவர் என் அறையைப் பூட்டக் கூடாது என்றும், என் உடல்வலிமையைப் பாதுகாத்துக் கொள்வதற்காக நான் காலையும் மாலையும் ஒவ்வொரு மணிநேரம் நடந்து உலாவ வேண்டும் என்றும் அதற்காக என்னை அறைக்கு வெளியில் விட வேண்டும்" என்றும் ஆணை தந்தான். சிறை அதிகாரி செத்தவன்போல் வாடி அடங்கினான்.

ஒவ்வொரு நாளும் கதிரவன் கிழக்கில் தோன்றி மேற்குத் திசையில் செல்லும் வரையில் "மனம்போல வாழ்வு"[149] நூலினை எழுதி முடித்தேன். என் மனைவியும், அவளுடைய தம்பியான பிச்சனும் என்னுடைய இரண்டு மகன்களுடன் நானிருக்கும் சிறைக்கு ஒவ்வொரு கிழமை (வாரம்)யும் வந்தனர். துணைச் சிறை அதிகாரியின் அறையில் ஒரு மணி நேரம் மட்டும் என்னைக் கண்டு, அன்புடன் பேசி, இன்பமடைந்தனர். அப்படிப் பேசிக்கொண்டிருக்கும் போதே, நான் என் மகன்களைத் தூக்கி முத்தமிட்டு, முகர்ந்து, மடியில் உட்கார வைத்து, அவர்கள் பேசும் மழலைச் சொற்களைக் கேட்டேன். பிச்சன் எனக்குக் கொண்டு வந்த மாச்சில்களை (Biscuit) அவர்களிடம் கொடுத்து, அவர்கள் உண்பதைக் கண்டு மகிழ்ந்திருந்தேன்.

---

149 "மனம்போல் வாழ்வு" என்ற நூல் ஆங்கில அறிஞர் ஜேம்ஸ் ஆலன் எழுதிய '*As a man thinketh*' என்ற நூலின் மொழி பெயர்ப்பு - ஆண்டு 1909.

6
வணக்கமும் பிணக்கமும்

ஒருநாள் காலையில் சிறை அலுவலகத்துக்குச்[150] சென்றேன். அங்கிருந்த முதுநிலை குற்றவாளிப் பாதுகாவலர் ஆன முன்பு நான் குறிப்பிட்ட வடுகுராமன் என்னைப் பார்த்து, இரண்டு கைகளையும் தலைக்குமேல் கூப்பி வணங்கினான். வாயிற் கதவருகே வந்து கொண்டிருந்த சிறை அதிகாரி இதைப் பார்த்து மிகுந்த சினம் கொண்டான். அலுவலகத்திற்கு வந்ததும் வடுகுராமனை அழைத்தான். அவனிடம் "நீ இங்கு யாரை வணங்கினாய்?" என்று கேட்டான். "நான் இங்கு யாரையும் வணங்கவில்லை" என்று தவறு ஏதும் செய்யாத இராமன் கூறினான். சிறை அதிகாரி என்னை அழைத்தான். நானும் சென்றேன். "இவன்தான் உன்னை வணங்கினானா?" என்று கேட்டான். "எல்லாரும் என்னை வணங்குகிறார்கள். நான் இவன் வணங்கினானா என்பதைக் கவனிக்கவில்லை" என்று கூறினேன். சிறை அதிகாரி என்னிடம் "உன் அறைக்குப் போகலாம்" என்றான். சரியென்று கூறிவிட்டு, என்னுடைய அறைக்குச் சென்றேன். இராமன் முன்னரே பலரை வானுலகம் போகச் செய்தவன் என்பதை மறந்தும், வலிமை மிக்கதாகிய பொறுமை என்பதை இழந்தும். அவனிடம் பேசினான். "அவனுக்கு எந்தச் சிறையாளியும் மரியாதை செய்து விடாதபடி தனி அறையில் வைத்திருக்கிறேன். அவனை நெருங்கி நீ இப்படி வணங்கினால், எவன்தான் அவனை வணங்காமல் இருப்பான்? இனிமேல் நீ அவனை இப்படி வணங்கினால், உனக்குத் தவறாமல் செருப்படிதான் கிடைக்கும்" என்று கூறினான். "சரி, நல்லது" என்று கூறிய இராமன் உள்ளத்தில் பெருஞ் சினம் பொங்கச் சென்றான்.

சிறையில் இருந்த கைதிகளுள் வலிமை மிக்க மூவரைத் தனியாக அழைத்து, நடந்தவற்றைக் கூறினான். நஞ்சினைப் போன்ற சிறை அதிகாரி, கண் காணிப்பாளர், மருத்துவர் ஆகிய

---

150 *Tower office* - சிறை அலுவலகம்.

மூவரையும், மறுநாள் அவர்கள் பார்வையிட வரும்போது கொன்றுவிட வேண்டும் என்று கூறினான். அவர்கள் மூவரும் சரியென்று ஒத்துக் கொண்டனர். அச்செயலைச் செய்வதற்கு வேண்டிய மூன்று அரிவாள்களையும் ஏற்பாடு செய்து கொடுத்தான்.

அன்றிரவு இச்செய்தியை அறிந்து கொண்ட ஆறுமுகம் பிள்ளை இராமனை அழைத்தான். "பிள்ளையிடம் கலந்து பேசாமல், எந்த வேலையையும் செய்வது பிழையாகிவிடும்" என்று கூறி, அவர்கள் செய்ய இருந்ததைத் தடுத்து நிறுத்தினான். அடுத்து வந்த ஞாயிற்றுக்கிழமை அன்று முன்சொன்ன மூவரும் என்னுடைய அறைக்கு வந்தனர். அனைத்துச் செய்திகளையும் கூறினர். "ஐயா அவர்கள், இச்செயலுக்கு இசைவு தர வேண்டும்" என்று கேட்டனர். நான் அதற்கு மறுமொழி ஏதும் சொல்லவில்லை அவர்களிடம். "கண்காணிப்பாளரும், மருத்துவரும் சிறையில் உள்ளோரைப் பாதுகாக்கிறார்களே தவிர, அவர்களுக்குத் தீங்குகள் ஏதேனும் செய்திருக்கின்றார்களா?" என்று கேட்டேன். அப்படிச் செய்ததில்லை என்று மூவரும் கூறினர். "அப்படியானால், அவர்களை ஏன் கொல்ல வேண்டும்? தீயவனான சிறை அதிகாரியைக் கூட, அவன் வேலையை விட்டுப் போகும்படி செய்தால் போதுமே!" என்றேன். சரியென்று கூறியபடி மூவரும் சென்றனர்.

7
சிறைக்குள் கலகம்!

அடுத்த ஞாயிற்றுக்கிழமை இரண்டு மணி ஆனதும், சிறை அதிகாரிகள் அலுவலகம் போர்க்களம் ஆனது. இடர்க்கால ஊதலும்[151], இடர்க்கால மணியும்[152] ஒலித்தன. சிறையாளிகள் பூட்டை உடைத்தனர். சில நிமிடங்களில் ஆயுதம் தாங்கிய காவலர் வந்தனர். சுவர்மேல் ஏறித் தப்பிக்க முயன்ற துட்டர்களைச் சுட்டனர். ஒருவன் செத்துக் கீழே விழுந்தான். பலரையும் பிடித்துச் சிறையினுள் அடைத்தனர். சிறை அதிகாரியை ஒரு பிணம் போலப் பலரும் தூக்கிச் சென்றனர். அதை கண்டு நான் மகிழ்ச்சி கொண்டேன். அன்றிரவு அந்த நடுவண் சிறையில் இருந்த சிறையாளிகள் அனைவர்க்கும் கற்கண்டும், பழமும் குற்றவாளிப் பாதுகாவலர் வழங்கினான். எல்லாரும் அவற்றை வாங்கி, உண்டு, மகிழ்ந்திருந்தனர். பொல்லாத சிறை அதிகாரி போனான் என்றேன்.

மேலோர்கள் வெஞ்சிறையில்
  வீழ்ந்து கிடப்பதுவும்
நூலோர்கள் செக்கடியில்
  நோவதுவுங் காண்கிலையோ?

மாதரையும் மக்களையும்
  வன்கண்மை யாற்பிரிந்து
காதல் இளைஞர்
  கருத்தழிதல் காணாயோ?

\- பாரதியார்

151 *Danger whistle* - இடர்க்கால ஊதல்.
152 *Danger bell* - இடர்க்கால மணி.

8
கலகம் செய்தோர்க்குக் கடுங்காவல்

சிறை அதிகாரி மருத்துவமனையில் இருந்தான். துணைச் சிறை அதிகாரி சிறை அதிகாரியாகப் பொறுப்பேற்றான். சிறையை உடைத்துச் சென்றதாகப் பலரும், சிறை அதிகாரியைக் குத்தியதாக மூவரும் குற்றம் சாட்டப்பட்டனர். சிறையில் இருந்தபடியே நான் என் நண்பனான, தப்பு என்பதே அறியாத சுப்பிரமணியனுக்கு யாருக்கும் தெரியாமல், கடிதம் எழுதி அனுப்பினேன். அதன்படி எதிரிகள் தரப்பு வழக்குரைஞராக வழக்கை நடத்தும்படி கேட்டுக் கொண்டேன். அவனும், சீனுவாசன் என்ற வள்ளலும் வழக்குரைஞர்களாக நின்று வழக்கை நடத்தினர். சிறையினை உடைத்தவர்கள் பலருக்கும் ஒன்றுமுதல் இரண்டு ஆண்டுகள்வரை கடுங்காவல் தண்டனையை குற்றவியல் நடுவர்[153] விருப்பத்துடன் அளித்தார்.

மேல்முறையீடு செய்யுமாறு முன்குறித்த நண்பர்களுக்கு எழுதினேன். அவர்களும் அவ்வாறே மேல் முறையீடு செய்தனர். அமர்வு நடுவர்[154] அத்தீர்ப்பினை மாற்றி ஒன்று, இரண்டு மாதங்களாகத் தண்டனையைக் குறைத்து வழங்கினார். சிறை அதிகாரியைத் தாக்கிய வழக்கில் கைதான மூவரின் வழக்கு அமர்வு வழக்காடு மன்றத்திற்கு[155] மாற்றப்பட்டது.

---

153 *Magistrate* - குற்றவியல் நடுவர்.

154 *Sessions judge* - அமர்வு நடுவர்.

155 *Sessions court* - அமர்வு வழக்காடு மன்றம்.

9

பத்து ஆனது நாற்பது

சென்னை உயர்வழக்கு மன்றத்தில் நான் மேல்முறையீடு[156] செய்திருந்தேன். தரத்தில் உயர்ந்த வெள்ளைக்கார நடுவர் இருவர்[157] அதில் தீர்ப்பு[158] வழங்கினர். முன்பு தீர்ப்பு தந்த பின்னிக்குத் தண்டனை தந்தனர். ஆனால், சிவத்தைத் தூண்டியது குற்றமென்று கூறி ஆறு ஆண்டுகள் அந்தமான் தீவிலும் என்னுடைய சொற்பொழிவு ஒன்றிற்காக நான்கு ஆண்டுகள் அந்தமான் தீவிலும் சிறையில் இருக்குமாறு அருளுடன் தீர்ப்பளித்தனர். இத்தீர்ப்பு வந்தவுடன் சிறை அதிகாரி என்னைச் செக்கைத் தள்ளுமாறு அனுப்பினான். நான் முன்பு எவ்வாறு செக்கைத் தள்ளினேன் என்று கூறியிருந்தேனோ. அவ்வாறே இப்போதும் சிலநாட்கள் செக்கைத் தள்ளினேன்.

செய்ந்நன்றி அறிதல்

வ.உ.சி. அவர்கள் சிறைமீண்டபின் தடை செய்யப்பட்டிருந்த தன் வழக்கறிஞர் சான்றிதழைத் திரும்பப் பெற உதவிய வழக்கு மன்ற நடுவர் வாலேசு என்பவரின் அடையாளமாகத் தன் மகனுக்கு வாலேசுவரன் என்று பெயரிட்டார். அடிக்கடி பொருளுதவி செய்துவந்த ஆறுமுகம் பிள்ளையின் நினைவாக மற்றொரு மகனுக்கு ஆறுமுகம் என்று பெயரிட்டார். புரவலர் வேதியன் பிள்ளை நினவாக மகளுக்கு வேதவல்லி என்று பெயர் சூட்டினார்.

---

156 பெரியவரின் நண்பர்கள் இலண்டனில் இருந்த பிரிவ்யூ கவுன்சிலில் மேல்முறையீடு செய்தனர். இதில் பத்தாண்டுத் தண்டனை ஆறு ஆண்டுகள் கடுங்காவல் தண்டனையாகக் குறைக்கப்பட்டது.

157 அர்னால்ட் ரைட், மன்றோ.

158 1908 ஆம் ஆண்டு, அக்டோபர் 13 ஆம் நாள் இத்தீர்ப்பு வழங்கப்பட்டது.

10
வலிமையான சான்று

அமர்வு வழக்காடு மன்றத்தில் மூவரின் தரப்பு வழக்குரைஞராக இருந்து நண்பன் சீனுவாசன் வழக்கை நடத்தினான். நானும் அவர் தரப்புச் சான்றுரைஞர்[159] ஆகச் சென்றேன். "சிறைக் கண்காணிப்பாளர் எப்போதும் புகைப்படம் பிடிப்பதையே கடமையாக வைத்திருக்கிறான். சிறையின் ஆளுமை முழுதும் சிறை அதிகாரியிடமே இருந்தது. அவன் செய்த கொடுஞ் செயல்கள் வெளியில் சொல்ல முடியாதவை. பழுத்த இலைகளையும், புழுத்த காய்களையும் வெந்நீரில் போட்டு அதைக் குழம்பென்று சொல்லிச் சிறையில் உள்ளவர்களுக்கு ஊற்றுகிறான். சிறையாளிகளின் மூட்டுக் கணுக்களில்[160] கழியால் அடிக்கிறான். இந்தக் காரணங்களால் கலகம் நடந்தது" என்று சான்று[161] உரைத்தேன்.

---

159 சாட்சியாளர் - சான்றுரைஞர்.

160 மொளி - மூட்டுக் கணு.

161 சாட்சியம் - சான்று.

11
தனிமைச்சிறை தங்கல்

அப்போது அரசு வழக்குரைஞர் என்னிடம் "உமக்குச் சிறை எப்படி இருக்கிறது?" என்று கேட்டான். "நீ சில நாட்கள் அங்குச் சென்று தங்கியிருந்தால் உனக்கு எல்லா நன்மைகளும் கிடைக்கும்" என்றேன். வழக்கு மன்றத்தில் இருந்தவர்கள் குலுங்கிக் குலுங்கிச் சிரித்தனர். வழக்கு மன்றத்திலிருந்து நான் சிறைக்குச் சென்றேன். கண்காணிப்பாளர் "சான்று கூறினாய் அல்லவா? என்ன நடக்கிறது என்று இனிமேல் பார்" என்றான். "பார்க்கத்தான் வந்திருக்கிறேன். பார்க்கிறேன்" என்று சொன்னேன்.

அடுத்த திங்கட்கிழமை பார்வையிட வந்த அவன். "இவருக்கு கடுமையான தனிமைச் சிறையைக் கொடுத்து அங்கே தங்க வை" என்று மருத்துவம் முடிந்து வந்திருந்த சிறை அதிகாரியிடம் மனத்துடிப்புடன் கூறினான். பின்னர் சிறை அதிகாரி என்னைத் தனிமைச் சிறைக்கு அனுப்பினான்.

"இவன் செக்கு வேலைக்குச் செல்கிறானே, அங்குள்ள கொடிய சிறையாளிகள் இவன் பேச்சைக் கேட்டு முன்பு போலக் கலகம் செய்தாலும் செய்வார்கள். எனவே, இவன் தன் அறையில் இருந்தபடி செய்யுமாறு நூல் முறுக்கும் வேலையைக் கொடு" என்று காட்சன்[162], மிஞ்செலிடம்[163] கூறினான். அவன் நான் தங்கியிருந்த அறைக்குப் பக்கத்தில் இருந்த தனி அறையைத் தந்து, அங்கு இராட்டினம் வைத்துப் பகலில் நூல் முறுக்கச் சொன்னான். மூன்று நூல் சேர்த்து முறுக்கிக் கொடுத்தேன்.

அந்த அறையில் நான் தங்கியபோது அமிர்தபசார், சுதேசமித்திரன், இந்து போன்ற நாளிதழ்கள் மறைவாகக் கொண்டு வந்து என்னிடம் தரப்பட்டன. அவற்றையும், தமிழ் நூல்களையும், ஆங்கில நூல்களையும் குற்றமறக் கற்றேன்; நற்பயன் பெற்றேன்.

---

162 காட்சன் - சிறைக் கண்காணிப்பாளர்.

163 மிஞ்செல் - சிறை அதிகாரி.

12
சிறையில் சீற்றம்

அப்போது ஒருநாள் சிறை அதிகாரி என்னை அழைத்துத் தீச்சொற்களைப் பேசும் தன் நாவால், "பாதுகாவலர் இரவில் உனக்குத் தருகிற மண்பாத்திரத்தில் உன் மூத்திரம் சேர்கிறது. அப்பாத்திரத்தைக் காலையில் எடுத்துத் தூய்மை செய்யும் வேலையை நீ செய்ய மறுப்பதாகவும் அதனால் மற்றவர்களும் அவ்வாறே மறுப்பதாகவும் குற்றம் சொல்கிறானே!" என்று கேட்டான். "செக்கு வேலையைச் செய்வது போதாதென்று கழிப்பறை வேலையையும் செய்யச் சொல்கிறாயா? நீ எது செய்தாலும் சரி, நான் அந்த வேலையைச் செய்ய மாட்டேன்" என்றேன்.

ஒரு நள்ளிரவில் இராமையா என்கிற பாதுகாவலர் நான் முன்பு கூறியபடி திருட்டுத்தனமாக 'இந்து' நாளிதழையும், என் மனைவியின் கடிதத்தையும், இனிய தின்பண்டங்களையும் கொண்டு வந்தான். என்மீது பழி சுமத்தக் காத்திருந்த சிறை அதிகாரி ஒரு தலைமைப் பாதுகாவலரை வைத்து அவனைப் பிடித்துவிட்டான். மறுநாள் காலையில் கண்காணிப்பாளர் என்னைக் கூப்பிட்டனுப்பினான். போர்வாள் போன்ற சிவந்த கண்களோடு என்னிடம் என் மனைவியின் கடிதத்தைக் கொடுத்து, "அதைப் படி" என்றான். தந்ததும் படித்தேன். "இது உன் மனைவியின் கடிதம். அதில் நீ கடிதம் எழுதியதாக எழுதியிருக்கிறது. எனக்குத் தெரியாமல் நீ எப்படி வெளியில் இருப்போர்க்குக் கடிதம் எழுதலாம்?" என்று கேட்டான். "நன்றாகச் சொன்னாய் நீ! என்னுடைய கடிதம் வந்ததாக என்னுடைய மனைவியின் பெயரால் எவன் வேண்டுமானாலும் கடிதம் எழுதலாம். இதற்கு நான் எப்படிப் பொறுப்பாவேன்? தெளிவாக நீங்கள் சொல்ல வேண்டும் ஐயா!" என்றேன். "உன்னைத் தூக்க இதுவொன்றே போதும்! இதுதான் என்னுடைய முடிவு!" என்று சொன்னான் "நல்ல வேளையாக என்னைத் தூக்க நீ வழக்குமன்ற நடுவராக இல்லை" என்று கூறினேன். சற்று நின்றபின் போய்விட்டான்.

13
பாதுகாவலருக்குப் பரிசு

'இந்து' முதலிய இதழ்களை எனக்குக் கொண்டுவந்த பாதுகாவலர் மீது போடப்பட்ட வழக்கில், அவனுக்கு மூன்று மாதங்கள் கடுங்காவல் தண்டனை வழங்கப்பட்டது. சிறையில் அவனுக்குக் கல்லுடைக்கும் வேலையைச் சிறை அதிகாரி வழங்கினான். அவனும் அவ்வேலையைச் செய்தான். அவன் விடுதலை ஆனபோது பெரிய தொகை ஒன்றைத் திரட்டி அவனுக்குக் கொடுத்தேன். அவனும் அத்தொகையைக் கொண்டு கடை வைத்துக் கருத்துடன் பிழைத்தான்.

ஒருநாள் சிறை அதிகாரி, சிறைக் கண்காணிப்பாளருடன் என் அறைக்கு வந்தான். என்னிடம் வந்ததும் "சிறையாளிக்குக் கடின வேலை[164] தருவதும், அவ்வேலையைக் கற்றுக்கொள்ள ஏழு நாட்கள் கெடு தருவதும் வழக்கமானது. இவன் மாதம் ஒன்றான பிறகும்கூட, வேலைத் திட்டப்படியான நூல் எதுவும் முறுக்கித் தரவில்லை" என்றான். 'இங்கு எனக்குத் தீர்ப்பு நாடு கடத்தல் சிறைத் தண்டனை. கடுங்காவல் அல்ல. இனிக் கடுமையான வேலை எதுவும் செய்ய மாட்டேன்" என்றேன். உடனே காட்சன் சிறை அதிகாரியிடம் "இனி நீ அவனிடம் வேலை ஒன்றும் சொல்லாதே" என்று சொன்னான்.

164 *Task* - கடின வேலை.

14
அச்சுத் தொழிலாளி

சிறையின் தலைமை ஆய்வாளர் வந்தார். "சிறை அதிகாரியைக் குத்திய செயலுக்கும், அன்று சிறையை உடைத்ததற்கும் காரணம் எதுவாக இருக்கும்" என்று என்னிடம் கேட்டார். எனக்குத் தெரிந்த செய்திகளைச் சொன்னேன். அவர் பெரிய அறிவாளி என்பதால், சிறை அதிகாரி எனக்குச் செய்த தவறான செயல்களே, கலகத்திற்குக் காரணம் என்று கண்டு கொண்டார். "அரசியல் சிறையாளிகளை நல்லபடியாக நடத்தினால், அவர்களும் நம்மோடு அமைதியாக இருந்து, ஒத்துழைப்புத் தருவர்கள்." நாம் அவர்களிடம் தவறாக நடந்து கொண்டால், அவர்களும் நம்மிடம் தவறாக நடப்பார்கள். நம்மால் சிறையை ஒழுங்காக நடத்த முடியாமல் போகும். எனவே, நீ அவனை அன்போடு நடத்து, உன்னுடைய அலுவலகத்திற்குத் தேவையான படிவங்களை[165] அச்சிடும் வேலைக்காக அச்சுக் கோக்கும்[166] வேலையை அவனுக்குக் கொடு" என்று அவர் சொல்லிவிட்டுப் போனார். எனக்கு நூற்கும் வேலையை நீக்கிவிட்டு, அச்சுக் கோக்கும் வேலையை அன்புடன் கொடுத்தான். அதுமுதல் சிறைக்கு நானே அரசன்.

---

165 *Forms* - படிவங்கள்.

166 *Compose* - அச்சுக் கோத்தல்.

15
சிறை அதிகாரியின் சிறுமை

ஒவ்வொரு நாளும் காலையும் மாலையும் என்னுடைய அறைக்கு அன்புடன் வந்து, என்னுடைய உணவு மற்றும் பிற நலன் கேட்டு நடத்தி வந்தான், வெள்ளையனான காட்சன். அந்த நாளொன்றில் அவன் சென்னை மாகாண சிறைத் தலைமை ஆய்வாளராகப் மாற்றம் பெற்றுப் போனான். சிறையின் மருத்துவர் சிறையின் பொறுப்புக் கண்காணிப்பாளராக அமர்ந்தான். சிறை அதிகாரி தன்னைக் குத்திய மூவரில் இருவரை ஒரு சிறையாளியைத் தூண்டி, அடிக்க வைத்தான். உடனே யாருக்கும் தெரியாமல் என் தந்தைக்கு ஒரு தொலைவரி தொடுத்து, உடனே புறப்பட்டுச் சிறைக்கு வரச் சொன்னேன். தந்தை வந்து என்னைச் சந்தித்தார். சிறை அதிகாரி செய்கிற வேலைகளை எல்லாம் சொல்லி, அவன் சிறையாளிகள் சிலரைத் தூண்டிவிட்டு என்னை அடிக்க முயல்வதாகவும், அதுபற்றி பெரிய ஆட்சியரிடம் புகார் கொடுக்க வேண்டும் என்றும் சொன்னேன். இதனை ஒட்டுக் கேட்ட துணைச் சிறை அதிகாரி, நொடியில் சிறை அதிகாரியிடம் போய்ச் சொன்னான். அவன் கண்காணிப்பாளர் பொறுப்பில் இருக்கும் மருத்துவரிடம் போய்ச் சொன்னான்.

மருத்துவர் என்னை அழைத்து, “நீ உன் தந்தையிடம் இப்படிச் சொன்னது உண்மையா? மறைக்காமல் சொல்” என்றான். அது உண்மைதான் என்றேன். “நான் இங்கே இருக்கிறேன். நீ அஞ்ச வேண்டாம். நான் உனக்கு பாலும் சோறும் அன்புடன் அளிக்கிறேன். புகார் தரவேண்டாம் என்று உன் தந்தையிடம் சொல்” என்று சொன்னான். தந்தையும் எனக்கு ஆறுதல் சொல்லிவிட்டுப் போனார். அன்று மாலை முதல் எனக்குப் பாலும் சோறும் வழங்கினான். மாலையில் நான் உண்ணும்போது தன் மனைவியுடன் அங்கு வந்து மகிழ்ச்சியாகப் பேசிக் கொண்டிருப்பான். பொறுப்புப் பணிக்காக சென்னைக்குப் போயிருந்த காட்சன் திரும்ப வந்தான்.

16. உரிமையுடன் உணவு

எனக்குத் தனிப்பட்ட முறையில் உணவு சமைத்துக் கொடுத்து வந்த பார்ப்பனச் சிறையாளி ஊருக்குச் சென்றுவிட்டான். இந்தச் செய்தியை அறிந்த 'மிஞ்செல்' சிறையாளி ஒருவனை ஏற்பாடு செய்தான். அவனைக் கை, கால், முகம் கழுவச் செய்து, நெற்றியில் திருநீறு பூசிக்கொண்டு உடலில் வெள்ளை நிற வேட்டியைக் கட்டிக் கொண்டு வரச் செய்தான். அவன் எனக்குக் கஞ்சியும், உணவும் கொண்டு வரும்படி ஏற்பாடு செய்தான். நான் சாதி வேறுபாடுகள் பார்ப்பவன் அல்லன். எனினும், எனக்கெனத் தனியாகச் சமைக்கப்பட்ட சைவ உணவை உண்ண நான் விரும்பினேன். எனவே, உணவைக் கொண்டு வந்தவனிடம் "உன் ஊர் என்ன சொல்லடா, உன் குலமென்ன சொல்லடா" என்று கேட்டேன். அவன், "என் ஊர் மதுரை. என் குலம் சைவம்" என்றான். "சாதி என்னடா?" என்று கேட்டேன். "முதலி" என்று சொன்னான். "என்ன முதலி நீ" என்று கேட்டேன். விழித்தான். "பார்ப்பனன் அல்லது பாண்டி வேளாளன் சமைத்துத் தந்தால்தான் சாப்பிடுவேன்" என்று சிறை அதிகாரியிடம் போய்ச் சொல்" என்றேன். சரியென்று சொல்லிவிட்டுப் போனான். நான் சாப்பிடாமல் இருந்தேன், இவ்வாறு மூன்று நாட்கள் கடந்தன.

காட்சன் பார்வையிட வந்தான். அவனிடம் நடந்ததைச் சொன்னேன். "ஆறுமுகம் பிள்ளை, யார் சமைத்துத் தந்தாலும் சாப்பிடுகிறான். உன்னுடைய குலந்தான், உயர்ந்த குலமா, சொல்" என்றான். அவன் கூறியது என் காதில் விழாததால் அவன் அருகில் போனேன். அவன் உடனே மாடிப்படியேறி ஓடினான். வெளியில் நின்று சிறை அதிகாரியை அழைத்து, ஒரு பார்ப்பனனை ஏற்பாடு செய்து, எனக்கு சமைத்துத் தரும்படியும், நான் சாப்பிட்டபின் தன்னிடம் சொல்லும்படியும் கூறினான். அடுத்த அரைமணி நேரத்தில் அந்தணன் ஒருவன் சைவ உணவை விரைந்து கொண்டு வந்தான். அவன் கைச் சமையலை சில நாட்கள் உண்டு வந்தேன். பின்னர் ஒரு பிராமணக் குற்றவாளி உணவினைச் சமைத்து வழங்கிவந்தான். இப்படியாக அங்கு நல்ல உணவை உண்டு வந்தேன்.

17. சிறையை நடத்த இடையூறு

ஒரு காலை நேரத்தில் 'காட்சன்'[167] என்னை அழைத்தான். நீ குற்றவாளி அலுவலராக[168] வேலை பார்த்தால், ஆண்டு ஒன்றுக்கு மூன்று மாதங்கள் தண்டனைக் காலத்தில் கழிக்கப்படும். உறவினர்களைச் சந்திக்கவும், அவர்களுக்குக் கடிதம் எழுதவும், உனக்குக் கடிதம் வரவும் ஏற்றுக்கொள்ளப்படும். மாதம் ஒருமுறை விடுமுறை தரப்படும். நல்ல உடையும், அரிசி உணவும் தருவோம். குற்றவாளி அலுவலராகப் பணி ஏற்கிறாயா?' என்று கேட்டான். "நீ சொன்னதெல்லாம் நல்லதுதான். ஆனால், சிறையை நடத்துவோர்க்கு உதவிட நான் இங்கு வரவில்லை. அவர்களுக்கு இடையூறு செய்யவே இங்கு நான் வந்தேன். எனவே, நான் குற்றவாளி அலுவலர் என்ற பணியை ஏற்க மாட்டேன்" என்று சொன்னேன். காட்சன், "நன்றாகச் சொன்னாய்" என்று சிரித்தபடியே கூறினான்.

---

167 *E.H. Gadsden*

168 *Convict officer* - குற்றவாளி அலுவலர்.

18

புலிக்குப் பூனை அறிவுரை சொல்வதா?

ஒருநாள் மாலை நான் சிறை அறையுள் சென்றபின், மிஞ்செல் வந்து எனக்குச் சில அறிவுரைகள் சொன்னான். என்னிடம் கடுஞ்சினம் பொங்கி எழுந்தது. "நீயா எனக்கு அறிவுரை சொல்கின்றவன்? வாயை மூடடா, அறிவில்லாதவனே! உனக்கும், உன்னுடைய அப்பனுக்கும், உன்னுடைய கண்காணிப்பாளர், உன்னை ஆளுகின்ற ஆளுநர், மன்னர் ஆகியோர்க்கும் அறிவுரை சொல்லும் தகுதி உடையவன் நான்" என்று கூறினேன்.

அவன் போனான். கண்காணிப்பாளரிடம் எல்லாவற்றையும் சொன்னான். மறுநாள் கண்காணிப்பாளர் என்னை அழைத்து, "சிறை அதிகாரியை நீ இழிவு செய்து பேசியதற்காக உனக்கு இரண்டு நெடுவாரங்கள்[169] கூடுதலாகச் சிறையில் இருக்கும்படி தண்டனை வழங்குகிறேன்" என்றான்.

ஒரு சிறுவாரம்[170] கடந்தபின் கண்ணனூர்ச் சிறைக்கு நான் போகும் படியான உத்தரவு வந்தது.[171]

169 நெடுவாரம் - பதினைந்து நாட்கள்.

170 சிறுவாரம் - ஏழு நாட்கள்.

171 01.12.1910 உடன் கோயமுத்தூர்ச் சிறைவாழ்வு முடிவு.

19
கண்ணனூர்ச் சிறை வாழ்க்கை

நான் முன்பு குறிப்பிட்ட சிறை அதிகாரி ஒருநாள் காலை மிகவும் வேகமாக என்னுடைய அறைக்கு வந்தான். "வா" என்று அழைத்தான். "என்னைக் காப்பாய்" என்று இறைவனை வணங்கிவிட்டு, அவன் பின்னால் வேகமாகச் சென்றேன். வாயிற் கதவு அருகே சென்றதும் வெளியில் ஆயுதப் படையைச்[172] சேர்ந்த வெள்ளை ஆய்வாளர் ஒருவனும், இரண்டு கறுப்புக் காவலர்களும் இருப்பதைக் கண்டேன். "அழைத்துச் செல்லலாம்" என்று அவர்களிடம் சிறை அதிகாரி சொன்னான். அவர்கள் என் கையைத் தொட்டு விலங்கு பூட்டினர். நடந்தே சென்று தொடர்வண்டி நிலையத்தை[173] அடைந்தோம் வாயிற்கதவைத் தாண்டி தொடர்வண்டிக்குப் போனோம். கண்ணனூர் சிறைக்கு என்னை அழைத்துப் போவதாக மூன்று காவலர்களும் என்னிடம் கூறினர்.

மாலையில் கண்ணனூர்ச் சிறைக்குப்போய்ச் சேர்ந்தோம்.[174] நான் அங்கு வசிப்பதற்காகத் தனிமைப் படுத்தப்பட்ட அறைத் தொகுதியின்[175] ஓரமாக ஓர் அறை எனக்கு வழங்கப்பட்டது. அந்த அறைத் தொகுதியின் அழகு வேறு எந்தச் சிறையின் அறைத் தொகுதியிலும் இல்லை என்று கூறலாம். நடுவில் தோட்டம். நான்கு திக்குகளிலும் வானத்தைத் தொடுமாறு பல மரங்கள் பன்னிரண்டு, பன்னிரண்டாக வளர்க்கப்பட்டிருந்தன. அவற்றின் முன்பாக நன்கு நீண்ட தாழ்வாரங்கள் நான்கு இருந்தன. பின்புறம் நான்கு பக்கமும் காலி நிலம் இருந்தது. ஒரு மூலையில் நீர் எடுக்கும் கிணறு இருந்தது. மற்றொரு மூலையில் பெரிய வழி ஒன்று இருந்தது. வெற்று நிலம் ஒன்றில் கழிப்பறைகள் அமைக்கப் பட்டிருந்தன. வேலை செய்து களைத்த சிறையாளி இளைப்பாற வேப்பமரத்து நிழல் இருந்தது. தோட்டத்தின் நடுவே குரோட்டன் செடிகளும் நன்மணம் வீசும் தேன் பொருந்திய முல்லை,

---

172 *Reserve Police* - ஆயுதப்படைக் காவலர்.

173 *Railway Station* - தொடர்வண்டி நிலையம்

174 கண்ணனூர்ச் சிறை வாழ்வு 01.12.1910 முதல் தொடக்கம்.

175 *Quarantine Block* - தனிமைப்படுத்தப்பட்ட தொகுதி.

சாதிமல்லி, மல்லிகை[176], உரோசாச் செடிகளும், இரவும் பகலும் பூக்கும் செடிகளும் இருந்தன. இப்படியாக "இந்த நிலவுலகத்தில் இதுதான் துறக்கம்[177], பார்த்துக்கொள்" என்று சொல்லும்படியாக அமைந்திருந்தது.

அந்த இடத்திற்குப் போனதும் எனக்கு நல்ல வேளை வந்தது என்று மனதில் கருதினேன். நஞ்சினுக்கு ஒப்பானவனான ஆட்சியர் 'விஞ்சு' இச்சிறைக்கு அனுப்பி வைத்த மறுநாள், திருநெல்வேலியில் தீ வைத்ததாகத் தொடரப்பட்ட வழக்குகளில் பல்லாண்டுகள் சிறைத் தண்டனை பெற்று நலம் பொருந்திய சங்கர நாராயணன் முதலிய பலர் அச்சிறையில் இருப்பதை அறிந்து கொண்டேன். அவர்கள் அச்சிறைக்கு வந்ததும் துணைச்சிறை அதிகாரி சிறையாளிகள் சிலரைத் தூண்டிவிட்டு அவர்களை அடித்தது போன்ற வம்புகளைக் கேள்விப்பட்டேன். அதில் கவனம் சென்றதால், மிகுந்த வாட்டம் அடைந்தேன். 'ரைஸ்' என்னும் சிறை அதிகாரி பனைநாரை ஒழுங்குபடுத்தும் வேலையை நான் தங்கியிருந்த அறைக்குள்ளேயே இருந்து செய்யுமாறு அளித்தான். அந்த வேலையை நன்கு செய்து வந்தேன்.

176 பிச்சி - சாதி மல்லி.

177 துறக்கம் - சொர்க்கம்.

20. சிறை அதிகாரிகள் செய்த சிறப்பு

முன்பு நான் கோவைச் சிறையில் இருந்த போது, அந்த ஊரில் யாருக்கும் தெரியாமல் தங்கியிருந்து எனக்கு வேண்டியதை எல்லாம் மகிழ்ச்சியுடன் அளித்து வந்தவன் இளையான் என்று அழைக்கப்படும் இலக்குமணன் ஆவான். அவன் இப்போதும், சோர்வடையாது கண்ணனூருக்கு வந்து சேர்ந்தான். எனக்கு என்ன வேண்டும் என்று கேட்டு அவற்றை எனக்கு அளிக்குமாறு நற்குணம் நிறைந்த கணபதிப் பிள்ளையிடம் உரிய ஏற்பாடுகளைச் செய்தான். அதை எனக்கு எழுதித் தெரிவித்தான்.

பின்னர், தாளும் மற்ற பொருட்களும் கிடைக்கப் பெற்றேன். பல நல்ல பாதுகாவலர்களும்[178], சிறை அலுவலக அதிகாரியும்[179] எனக்கு நன்கு பழக்கம் ஆயினர். எனக்கு வேண்டிய பொருட்களை அளித்தனர். வழக்கம்போல், நாள்தோறும் மரியாதை செய்தனர். பனைநாரை ஒழுங்குபடுத்தும் வேலையை மாற்றி, அச்செழுத்துக் கோர்க்கும் வேலை கொடுக்கப்பட்டது.

---

178 *Warder* - பாதுகாவலர்.

179 *Tower officer* - சிறை அலுவலக அதிகாரி.

21

‘ஆசு’ வின் படுகொலை

ஓர் இரவு பன்னிரண்டு மணிக்கு அறையில் நான் தூங்கிக் கொண்டிருந்தபோது, “மிஸ்டர் சிதம்பரம் பிள்ளை” என்று பலதடவை என்னை அழைத்த ஓசை கேட்டு விழித்துப் பார்த்தேன். அங்கு நின்றிருந்த இளநிலை உதவி துணை மருத்துவர்[180] என்னை நலம் கேட்டார். பின்னர் “ஆட்சியர் ஆசுவைத் தெரியுமா?” என்றார். “நன்றாகத் தெரியும்” என்றேன். “எப்படி?” என்று கேட்டான்” நான் இச்சிறைக்கு வந்ததற்கும். தூத்துக்குடியில் தோன்றிய சுதேசி கப்பல் நிறுவனம் அழிந்து போனதற்கும் அவன்தான் காரணம்” என்று சொன்னேன். “மணியாச்சி தொடர்வண்டிப் பாதை சந்திப்பில் அவனை நேற்று[181] ஒருவன் சுட்டுக் கொன்றுவிட்டுத் தன்னையும் சுட்டுக்கொண்டான்” என்று சொன்னார். “ஒரு நல்ல செய்தியைச் சொன்னாய், உனக்கு நலம் கிடைக்கும்” என்று சொன்னேன். “இந்த ஆண்டில் இங்கிலாந்தில் நடைபெறும் முடிசூட்டு விழாவின் காரணமாகத் தரப்படும் சிறை விடுதலை உனக்குத் தரப்படவில்லை” என்று சொன்னான். “என்றைக்குமே விடுதலை இல்லை” என்று சொன்னாலும் நல்லதுதான்” என்று கூறினேன்.

---

180 Junior sub assistant surgeon - இளநிலை உதவி துணை மருத்துவர்.

181 சூன் - 17 - 1911.

22
அதிகாரியின் பணத்தாசை

தூத்துக்குடியில் என்னுடைய பொறுப்பில் ஓட்டிய கப்பல் எனக்குச் சொந்தமானதென்றும், நான் ஒரு கோடி உருபா சம்பாதித்து வைத்திருப்பதாகவும் யாரோ சிறை அலுவலக அதிகாரியிடம் கூறி உள்ளனர். அதைக் கேட்ட அவன் என்னிடம் பணம் பறிக்க எண்ணி, ஒரு விலைமகள் போல் என்னிடம் நாளும் வந்து சிரித்துப் பேசினான். தின்பதற்குப் பொருட்கள் கொடுத்தான். முறையாக நடந்து கொண்டான், சில நாட்கள் கொஞ்சம் கொஞ்சம் கொடுத்தேன். அவன் பெரிய அளவில் பறிக்க எண்ணி, சிறை அதிகாரியிடம் கோள் மூட்டினான். எனக்கு நன்மை செய்து கொண்டிருந்த பாதுகாவலர்களை என்னிடம் வராமல் செய்தான். சைவம் சமைக்கப்படும் சமையலறையில் தனிப்பட்ட முறையில் எனக்காகச் சமைக்கப்பட்ட உணவை, பார்ப்பனச் சாதியான் ஒருவன் கொண்டுவந்து தருமாறு உதவி செய்தான்.

ஒருநாள் மாலை நான் உறங்கும் அறையை நானே பெருக்க வேண்டும் என்று கூறினான். "அந்த வேலையை எந்த நாளிலும் நான் செய்ததில்லை எனவே, இப்போதும் செய்ய மாட்டேன். ஆனால், அறையைப் பெருக்கித் தராவிட்டால், அதன் உள்ளே போக மாட்டேன்" என்று கூறினேன். பின்னர் பக்கத்து அறையில் இருந்த ஆதரவற்ற சிறையாளி ஒருவனை அழைத்து என் அறையைப் பெருக்கச் செய்தான். அங்கேயே இருந்து, அவன் செய்கிற வேலைகளைப் பார்த்து மகிழ்ந்தபடி இருந்தேன்.

சிறைத் தலைமை ஆய்வாளர், சிறையாளிகளைப் பார்வையிட வந்தபோது, சிறை அதிகாரி செய்த செயல்களை அவரிடம் சொன்னேன். அவர் சைவச் சமையலறைக்குச் சென்று அங்கு தீ இருப்பதைப் பார்த்ததும், என்னுடைய கையை அடுப்புச் சாம்பலுள் அமிழ்த்து என்றான். சாம்பலுக்குள் நெருப்பு இருந்தது. சிறை அதிகாரி செய்த சூழ்ச்சியான செயலிது" என்றேன். அவர் கண்காணிப்பாளரிடம் ஏதோ சொன்னார். அது முதல் சைவச் சமையலறையில் தனியாகச் சமைக்கப்பட்ட உணவு எனக்கு வந்தது.

23

சிறைக் கொடுமைகள்

ஆனால், அச்சிறையில் இருந்த அந்தணர், சைவர் போன்றோர்க்கு ஏனோ அவ்வுணவு வழங்கப்படவில்லை. முகமதியரின் அசைவச் சமையற்கூடத்தில் சமைத்த உணவே வழங்கப்பட்டது. ஐயோ! பாவம்! அவர்களால் என்ன செய்ய முடியும்! எந்தப் புகாரைச் சொன்னாலும் அடிவிழும். அடியும் எளிய அடி அன்று. உடலின்மேல் கம்பளித் துணியைப் போர்த்திவிட்டு, பலர் சுற்றி நின்று தடியால் அடிக்கவும், காலால் மிதிக்கவும் செய்வார்கள். கம்பளத்தைப் போர்த்தி உடல் பழுத்துப் போகும்படி அடிக்கும் பழக்கம் இச்சிறையில் தவிர வேறெந்தச் சிறையிலும் இல்லை. அடிப்பவர்கள் சிறையாளிகள். ஆனால், அடிக்கச் சொல்பவர்கள் சிறையினை ஆட்சி செய்யும் சிறை அதிகாரி முதலியோர். எனவே, இக்கம்பளி அடிக்கு யார்தான் அஞ்சாமல் இருக்க முடியும்.

பிரிட்டிசு இந்தியா என்கிற பெரிய நாட்டில் இருக்கும் சிறைகளின் இயல்பு இப்படித்தான் இருக்கிறது. ஆயிரம் பேர்களின் முன்பாக ஒருவனை அடித்துக் கொன்றாலும் ஒருவன் கூடப் போய் உறுதியாக நின்று சான்று கூறி, உண்மையைச் சொல்ல மாட்டான். இப்படியான நிலைமை இருக்கிற சிறையில் எப்படியாக இருந்து நாட்களைக் கழிப்பதென்று தெரியவில்லை. சிறையாளிகளிலும் கூட, அரசியல் சிறையாளிகள் நடத்தப்படும் முறைகளை இங்கே கூறிவிட முடியாது. தவறே செய்யாதவர்கள். ஆனாலும் கூட, அரசியல் சிறையாளி என்றால், சிறை அதிகாரி அவர்களைப் பகைவர்களாகவே கருதிப் பகை செய்வான்; வெறுப்பான்.

சிறையின் கண்காணிப்பாளரும், மருத்துவரும் சிறை அதிகாரியின் சொற்படி ஆடுகின்ற பொம்மைகளாக இருந்தனர். பாதுகாவலர் உள்ளிட்ட ஊழியர்கள் சிறை அதிகாரியின் ஆணைக்கு அஞ்சும் அடிமைகளாக இருந்தனர். சிறை அதிகாரி செய்யக்கூடிய தீய செயல்களுக்கு அஞ்சாமல் நான் தலைமைச் சிறை ஆய்வாளரிடம் புகார் சொன்னால், அது பிழையென்று சொல்லி, சிறை அதிகாரி எனக்குத் தண்டனை தராமல் விடுவானா, என்ன?

நான் முன்பு கூறிய அழகிய சிறைத் தொகுதியின் அறைக்குள்ளே வந்து, "நீ தலைமைச் சிறை ஆய்வாளரிடம் என்மேல் புகார் கூறினாய் அல்லவா? நான் இனிமேல் செய்யக்கூடிய செயல்களை எல்லாம் நீ பார்ப்பாய்! என்னோடு வா" என்றான். சென்றேன்.

சிறையில் இருந்த மூன்றாம் தொகுதியின் கூடத்துள் சென்றோம். "ஒரு பாதுகாவலரிடம், அச்சுக்கூட மேன்முறையாளரை[182] அச்செழுத்துகள் கொண்ட மிசையுடன் இங்கு வரச் சொல்" என்றான். அவனும் சரியென்று போனான். அழைக்கப்பட்டவன் வந்தான். அச்செழுத்துகள் வைக்கப்பட்ட பெட்டிகளை[183] வைத்துக்கொண்டு நிற்கும் மிசையை எடுத்து வந்தான். நாள்தோறும் இந்த மிசையை இங்கு கொண்டு வந்து வை, மாலையில் வந்து எடுத்துப் போய்விடு. காலை முதல் மாலை வரை இவன் எவ்வளவு அச்சுக் கோர்த்திருக்கிறான் என்று என்னிடம் காட்ட வேண்டும் என்று வந்தவனிடம் சொன்னான் அவனும் சரியென்று சொல்லிவிட்டுப் போனான்.

கற்போர் எளிதில் உணருமாறு பொருட்டொடர்பு நோக்கியும், சூத்திரச் சொற்களையும் அவற்றின் பொருட் சொற்களையும் பிரித்தும், நிறுத்திப் படித்தற்குரிய அடையாளங்கள் இட்டும் பதிப்பித்துள்ளேன். ஒவ்வோரிடத்தில் பாட வேறுபாடும் உரை வேறுபாடும் சேர்த்துள்ளேன் எனது சேர்ப்பிற்கு முன்னும் பின்னும் முறையே ( ) இக்குறிகள் இட்டுள்ளேன்.
- வ.உ.சி. (தொல்காப்பிய எழுத்து அதிகாரப் பதிப்பின் முன்னுரை.)

182 *Foreman* - மேன் முறையாள்.

183 *Composing stand* - அச்செழுத்துகள் வைக்கப்படும் மிசை.

24
அற நூல்கள் ஆக்கம்

நான் வேலை செய்வதாகப் பேர்தானே தவிர, வேலையே செய்ததில்லை. மெய்ப்பொருள் எது என்று உணர்ந்த செய்திளைக் கொண்டு, மெய்யறம், மெய்யறிவு ஆகிய நூல்களை எழுதி, எந்நேரமும் என் சொந்த வேலையையே செய்து வந்தேன். தீயவனான சிறை அதிகாரி செய்த ஒரு செயலைக் கூறுகிறேன் கேட்பாயாக.

நாடுகடத்தல் வாழ்நாள் சிறை என்ற தண்டனை பெற்றவனும், பல கொலைகள் செய்தவனுமான ஒருவனைச் சிறை அதிகாரிகள் தம் கட்டுப்பாட்டில் வைத்துக்கொண்டு, சிறையாளிகளை அடிக்கடி அடித்து வந்தனர். அவனுக்குக் குற்றவாளி மேற்பார்வையாளர்[184] என்ற பொறுப்பையும் கொடுத்தனர். மாடுபோல் திரிந்து கொண்டிருந்த அந்த முகமதியனை அந்தத் தொகுதியில் என் திண்ணைக்கு வெளியேயுள்ள திண்ணையில் படுக்க வைத்தான் சிறை அதிகாரி. நான் நடுக்கம் கண்டு உறங்காமல் இருந்தேன். கம்பளத்தைப் போர்த்தி அடிப்பானோ, காலால் மிதிப்பானோ, குத்திக் கொல்வானோ; கொடிய துன்பம் செய்வானோ, எதைச் செய்வானோ என்று உள்ளம் கலங்கினேன்.

இப்படியாகச் சிலநாட்கள் போயின. அந்நாட்களில் தப்பில்லாதவனாகிய என் அளியனான பிச்சன் கண்ணனூருக்கு கணபதியாப் பிள்ளையின்[185] ஆதரவில் தங்கியிருந்தான். அவர்கள் என்னைச் சிறையில் வந்து சந்தித்தனர். அவர்களிடம் சிறை அதிகாரி நாளும் செய்யும் செயல்களைச் சொல்லி வைத்தேன்.

சில நாட்கள் கழிந்தபின் நான் முன்பு சொன்ன முகமதியன் எப்படியோ என் அன்பன் ஆகிவிட்டான். நான் சொன்னதைக் கேட்டான். எனக்குப் பல தொண்டுகளைச் செய்தான். பிறகு, இரவுகளில் நான் அமைதியாக உறங்கத் தொடங்கினேன்.

---

184 *Overseer.* மேற்பார்வையாளர்.

185 தொடர்வண்டித் துறை ஒப்பந்ததாரர் கணபதியாப்பிள்ளை.

சிறைக் கண்காணிப்பாளரான சாமியர்[186] என்பவர் என்மேல் அளவில்லாத அன்பு கொண்டிருந்தார். எனக்கு அரிசி உணவே கொடுக்கச் செய்தார். நான் நூல்களைப் படிக்கவும், நூல்களை எழுதவும் அவர் அன்புடன் எனக்கு இசைவு தந்தார். தகுந்த உடற்பயிற்சிகளை முறைப்படிச் செய்து, உடல் வலிமையையும், உடல் நலத்தையும் வளர்த்துக் கொண்டேன். என்னைக் காண்போர் மதிக்கும்படியாக, கிழத்தனம் என் அருகில் வராமல் பார்த்துக் கொண்டேன்.

திருக்குறள் உரை

திருக்குறளுக்குப் பரிமேலழகர் எழுதிய உரை இலக்கியப் பயிற்சி இல்லாதவர்க்குப் புரியாது. மணக்குடவர் உரையோ மிக எளிதில் புரியக்கூடியது. எனவே, இவ்வுரையோடு திருக்குறளின் அறப்பாலை வ.உ.சி. அவர்கள் பதிப்பித்தார். மணக்குடவர் உரையும் கடினமாக இருக்கும் இடங்களில் எளிய நடையில் தன்னுடைய உரையை எழுதினார். எல்லாத் தமிழரும் திருக்குறளைப் படிக்க வேண்டும் என்ற எண்ணத்தோடு திருக்குறளைப் பதிப்பித்தார்.

திருக்குறள் அறப்பாலில் நாற்பத்து நான்கு மூல பாடங்களைக் கண்டுபிடித்து எழுதினார். 76 குறட்பாக்களுகக்கு பரமேலழகர் உரையை மறுத்துப் பொருள் உரைத்தார். இவ்வுரை நூல் அவரின் புலமையை விளக்கும் அரிய நூலாகும்.

186 *Samiar.*

25

அன்பர்களுக்கு விடுதலை

கொடிய சிறையில் இருந்த நான் முன்பு குறிப்பிட்ட சங்கர நாராயணன் உள்ளிட்ட பலருக்கு இங்கிலாந்து நாடாளுமன்றத்தில் படிக்கப்பட்ட அறிக்கையின்[187] காரணமாகவும். எட்வர்டு, ஜார்ஜ் ஆகியோர் இங்கிலாந்து மன்னர்களாகப் பொறுப்பேற்றதன் மகிழ்வாகவும், பிரிட்டிசு இந்தியாவின் சிறையாளிகளுக்குத் தரப்பட்ட தண்டனை நீக்க[188] ஆணை வந்திருந்தது. அந்த ஆணையை அவர்களிடம் கொடுக்காமல் அவர்களைச் சிறையிலேயே வைத்திருந்தனர். இதை அறிந்த நான், இந்து நாளிதழுக்கு இச்செய்தியைத் தெரிவித்தேன். அந்த இதழ் இச் செய்தியை வெளியிட்டதும், அவர்களை விரைவாக விடுதலை செய்தனர். அவர்கள் என் வீட்டுக்குச் சென்றார்கள். நான் முன்பு குறிப்பிட்ட என் அளியன் (மைத்துனன்) அவர்களுக்கு விருந்தளித்தான். அவர்கள் திருநெல்வேலிக்குப் புறப்பட்டுப் போனார்கள்.

நான் முன்பு குறிப்பிட்ட சாமியர் என்ற கண்காணிப்பாளர் பணி மாறுதலால், மேற்குப் பக்கம் சென்றுவிட்டார். வேறொரு வெள்ளை மருத்துவன் சிறைக் கண்காணிப்பாளராகப் பொறுப்பேற்றான்.

ஒருநாள் காலை ஒன்பது மணிக்கு குற்றம் அற்றவனான கடவுளை உள்வாங்கி, நான் மகிழ்ச்சியுடன் பாடிக் கொண்டும், உலவிக்கொண்டும் ஓடிக் கொண்டும் மகிழ்ச்சியோடு இருந்தேன். அப்போது மேற்சொன்ன கண்காணிப்பாளரும், சிறை அதிகாரியும் சில பாதுகாவலர்களும் கூடத்தின் இரும்புக் கதவின் வெளியே நின்று கொண்டு என்னை அழைத்துள்ளனர். கடவுளின் இனிய காட்சியில் மகிழ்ந்து உடலும் உள்ளமும் மறந்திருந்தேன். இறைவன் என்னும் ஒளி மனதில் நின்றதால். அங்கு அவர்கள் வந்ததையும், அவர்கள் கால்மணி நேரமாக அழைத்ததையும், கவனிக்கவோ, காதில் வாங்கவோ இல்லை. பிறகு அவர்களின் அருகே சென்றேன்.

187 *Proclamation* - அறிக்கை.

188 *Remission* - தண்டனைக் குறைப்பு.

26
பட்டினிப் போராட்டம்

"என்ன செய்கிறாய்?" என்று கண்காணிப்பாளன் கேட்டான். "என்னுடைய கடவுளை வணங்கினேன்" என்றேன். "வேலையைச் சரியாகச் செய்ய வேண்டிய நேரத்தில் கடவுளை வணங்கியது ஏன்? சொல்!" என்றான். நான் "பொறுத்துக் கொள்க" என்றேன். அவன் அதை மறுத்துவிட்டுப் போனான். எனக்குத் தரப்பட்ட அரிசி உணவை அன்றே நிறுத்திவிட்டான். கேழ்வரகு உணவு தரப்பட்டது. என் விடுதலைக்கான காலம் நெருங்கிக் கொண்டிருந்தது. அதற்குமுன் இவனிடம் அரிசி உணவைப் பெற்றுவிட வேண்டுமென்று மனதில் உறுதி கொண்டேன். உணவினை நிறுத்தினேன். நாளும் உள்ளுக்கு விளக்கெண்ணெய் எடுத்துக் கொண்டேன். ஏழு நாட்கள் சென்றபின், என்னை எடை போட்டுப் பார்த்தபோது கிட்டத்தட்ட 4 $^1/_2$ அயிரச் சீறெடை (கிலோ) எடையில் குறைந்திருந்தேன். இது தெரிய வந்ததும் கண்காணிப்பாளர் எனக்கு அரிசிச்சோறும் பாலும் தரும்படிச் செய்தான். என்னுடைய எண்ணம் இனிதாக நிறைவேறியது. ஆனாலும், என்னுடைய உடம்பு அப்போது இழந்த வலிமையை இன்னும் நான் அடையவில்லை என்று சொல்வது மிகவும் உண்மை என்பது தவிர, வேறில்லை.

மெலிந்த உடம்போடும், நலிந்த மனத்தோடும் மெய்ப்பொருளைத் தொழுது, மெய்ப் பொருளைக் கண்டு, மெய்ப்பொருள் ஆகியே சில நாட்கள் விளங்கினேன். என் மேல் முறையீட்டில் எனக்கு ஆறாண்டு நாடு கடத்தல் சிறைத் தண்டனை அளிக்கப்படடிருந்தது. ஆயிரத்து எண்ணூற்று ஐம்பத்தேழாம் ஆண்டில் விக்டோரியாப் பேரரசியார் வெளியிட்ட அறிக்கையை இங்கிலாந்து நாட்டை ஆண்டு கொண்டிருந்த மன்னர் எட்வர்டு அந்நாட்டு நாடாளுமன்றத்தில் படித்தபோது, அதன் வழியாக வழங்கப்பட்ட தண்டனைக் குறைப்பு, அரசியார் இறந்த காலத்தில் வழங்கப்பட்ட தண்டனைக் குறைப்பு, சிறந்தவரான ஜார்ஜ் மன்னர் அரியாசனம் ஏறிய காலத்தில் அளித்த தண்டனைக் குறைப்பு. ஆகிய மூன்றின் வழியாக, ஒன்றரை ஆண்டுகள் என்

தண்டனைக் காலத்தில் கழிக்கப்பட்டன. மீதி நான்கரை ஆண்டுகளில் சிறையில் இருந்த நாட்கள் போக, மிகச்சில நாட்களே சிறையில் இருக்க நேர்ந்தது. எனவே, வள்ளி நாயகத்தை இங்கு வரும்படிக் கடிதம் எழுதினேன். அவரும் கண்ணனூருக்கு வந்து சேர்ந்தார். அவரும், என் மனைவி, மக்களும், நான் முன்பு குறிப்பிட்ட கணபதியும் அவர் மனைவி மக்களும் என் விடுதலையை எதிர்நோக்கிக் கண்ணனூரில் ஊக்கத்துடன் காத்திருந்தனர். நீ அறிக!

27
விடுதலை! விடுதலை!! விடுதலை!!!

ஆயிரத்துத் தொள்ளாயிரத்து பன்னிரண்டாம் ஆண்டு[189], திசம்பர் மாதத்தில், ஒரு நல்ல மாலைப் பொழுதில் என் உடம்பில் கொஞ்சம் எண்ணெய் தடவிக் குளிக்க முற்பட்டேன். அப்போது ஒருவன் என்னிடம் வந்து சிறை அதிகாரி அழைப்பதாகக் கூறினான். நான் உடனே சிறை உடையை அணிந்து கொண்டு அவரிடம் சென்றேன். "உமக்கான விடுதலை ஆணை வந்துவிட்டது. நீர் வீட்டுக்குப் போகலாம்" என்று சிறை அதிகாரி சொன்னான். என் அளியன் (மைத்துனன்) அனுப்பியிருந்த பட்டுடையை உடுத்திக்கொண்டு, நான் வீடு வந்து சேர்ந்தேன். பெரும்பேறு அடைந்தேன்.

எல்லாரும் கைவிட்டார் ஏந்திழையும் துன்புற்றாள்
வல்லாரும் வல்லுநரும் மாநிலத்துச் - செல்லா
திவன்பேச் சினியென்றெ னையிகழ்ந்தா ரென்மெய்த்
தவன்பூமி நாதன் தடத்து

- வ.உ.சி. சிறை மீண்டபின் எழுதியது

---

189 *24.12.1912* இல் விடுதலை. ஆனால், நெல்லை மாவட்டத்துக்குள் நுழையத் தடை போடப்பட்டது. மொத்தம் 4 $^3/_4$ ஆண்டுகள் சிறை வாழ்க்கை.

கலைச்சொற் பட்டியல்

அப்பீல்	Appeal	மேல் முறையீடு
ஆக்டிங்	Acting	தற்காலிகப் பொறுப்பு
ஆசுபத்திரி	Hospital	மருத்துவமனை
ஆர்டர்	Order	ஆணை
ஏட்டு	Head Constable	தலைமைக் காவலர்
ஐகோர்ட்டு	High Court	உயர் வழக்காடு மன்றம்
ஏஜெண்ட்	Agent	முகவர்
அப்ஸ்டெயர்	Upstair	மேல்மாடி
ஆஸ்பிட்டல்	Hospital	மருத்துவமனை
இன்ஸ்பெக்டர் ஜெனரல்	Inspector General	தலைமை ஆய்வாளர்
அடிஷனல் டிஸ்ட்ரிக்ட் மாஜிஸ்திரேட்டு	Additional District Magistrate	மாவட்டக் கூடுதல் நடுவர்
அடிஷனல் ஜட்ஜ்	Additonal Judge	கூடுதல் நடுவர்
கக்கூசு		கழிப்பறை
கன்விக்ட்	Convict	குற்றவாளி
கன்விக்ட் ஓவர்சீயர்	Convict Overseer	குற்றவாளி மேற்பார்வையாளர்
கன்விக்ட் வார்டர்	Convict Warder	குற்றவாளிப் பாதுகாவலர்
கமிற்றல்	Committal	வழக்கு மன்றத்தை மாற்றுதல்
கம்பெனி	Company	குழுமம், நிறுவனம்
கம்போசு	Compose	அச்சுக் கோர்ப்பு
கரோஓநேசன்	Coronation	முடிசூட்டு விழா

கவர்னர்	Governor	ஆளுநர்
கவர்ன்மெண்ட்	Government	அரசு
கான்ஸ்டபிள்	Constable	காவலர்
கிராம முன்சீபு	Village Munsif	ஊர்ப்புற நடுவர்
கிரிமினல் கோர்ட்	Criminal Court	குற்றவியல் வழக்காடு மன்றம்
கிச்சன்	Kitchen	சமையலறை
கிளார்க்	Clerk	எழுத்தர்
குல்லா	Kulah	தலைக் கவிப்பு
கேசு	Case	வழக்கு
கேட்	Gate	வாயிற் கதவு
கோரண்டைன் பிளாக்	Quarantine Block	தனிமைப்படுத்தப்பட்ட தொகுதி
சப் கலெக்டர்	Sub-Collector	துண ஆட்சியர்
சர்க்கார்	Sarkar	அரசு
சல்யூட்	Salute	மரியாதை, வணக்கம்
சார்ட்டர்	Charter	அதிகாரப் பத்திரம்
சிவில் கோர்ட்	Civil Court	உரிமையியல் வழக்காடு மன்றம்
சீனியர் கன்விக்ட் வார்டர்	Senior Convict Warder	குற்றவாளி முதுநிலைப் பாதுகாவலர்
சூப்பிரண்டெண்ட்	Superintend	கண்காணிப்பாளர்
செசன்ஸ் ஜட்ஜ்	Session Judge	அமர்வு நடுவர்
சென்ட்ரல்	Central	முதன்மை
சப் ஜெயில்	Sub Jail	கிளைச் சிறை
சஸ்பெண்டு	Suspend	இடை நீக்கம்
சைக்கிள்	Cycle	மிதிவண்டி
ஜெயிலர்	Jailer	சிறை அதிகாரி
டாக்டர்	Doctor	மருத்துவர்

டேஞ்சர் பிகில்	Danger Whistle	இடர்க்கால ஊதல்
டேஞ்சர் பெல்	Danger Bell	இடர்க்கால மணி
டவர் ஆபிஸ்	Tower office	சிறை அலுவலகம்
டாஸ்க்	Task	கடின வேலை
டிபன்ஸ்	Defence	தற்காப்பு
டிபுடி சூப்பிரண்டென்ட்	Deputy Superintend	துணைக் கண்காணிப்பாளர்
டிபுடி ஜெயிலர்	Deputy Jailer	துணைச் சிறை அதிகாரி
டிரசர்	Dresser	மருந்திட்டுக் கட்டுநர்
டிரான்ஸ் போர்ட்டேஷன்	Transportation	நாடு கடத்தல்
டிவிஷன்	Division	பிரிவு
தந்தி	Thandhi	தொலைவரி
தாசில்	Tahsil	வட்டாட்சி
தாலுகா	Taluk	வட்டம்
தீவாந்தரம்	Deevandhar	நாடு கடத்தல்
துப்பாக்கி	Tupak	துமுக்கி
பப்ளிக் பிராசிக்யூட்டர்	Public Prosecution	அரசுத் தரப்பு வழக்குரைஞர்
பவுண்டு	Pound	0.4536 அயிரச் சீறெடை (கிலோ)
பாரம்	Form	படிவம்
பார்லிமெண்ட்	Parliment	நாடாளுமன்றம்
பிராசிக்யூஷன்	Prosecution	அரசுத் தரப்பு
பிராது	Faryad	புகார்
பிளாக்	Block	தொகுதி
புரோகிளமேஷன்	Proclamation	அறிக்கை.
போர்மேன்	Foreman	மேன் முறையாள்

மதராஸ்	Madras	சென்னை
மிமோ	Memo	குறிப்பு
மெட்ரிக்குலேஷன்	Matriculation	பல்கலைக்கழக நுழைவுத் தேர்வு
மெயில்	Mail	அஞ்சல் தொடர்வண்டி
மாஜிஸ்திரேட்டு	Magistrate	குற்றவியல் நடுவர்
ரயில்	Train	தொடர்வண்டி
ரிசர்வ் போலீஸ்	Reserve Police	ஆயுதப் படைக் காவலர்
ரைபில்	Rifle	சுழல் துப்பாக்கி
ரிமாண்டு	Remand	தடுப்புக் காவல்
ரிமிஷன்	Remission	தண்டனைக் குறைப்பு
ரிவால்வர்	Revolver	சுழல் துமுக்கி
வக்கீல்	Wakil	வழக்குரைஞர்
வாரண்ட்	Warrant	பிடியாணை
வார்டர்	Warder	பாதுகாவலர்
வாயுதா	Vaydha	காலக் கெடு
ஆஜர்	Ajar	நேர்நிற்றல்
ஜல்தி	Jaldi	விரைவு
ஜாமீன்		பிணை
ஜாயின்ட் மாஜிஸ்திரேட்	Joint Magistrate	கூடுதல் குற்றவியல் நடுவர்
ஜூனியர் சப் அசிஸ்டென்ட் சர்ஜன்	Junior Sub Assistant Surgeon	இளநிலை உதவி துணை மருத்துவர்

அருஞ்சொற்பொருள் அகராதி

அகங்காரம் - செருக்கு
அகம் - இறுமாப்பு, திமிர்
அங்கண் - அவ்விடத்தில்
அசைவின்மை - சோர்வின்மை, சுறுசுறுப்பு
அடுக்கும் - நடக்கும், சேரும்
அடுத்தனர் - சேர்ந்தனர்
அடுத்தல் - பொருந்துதல்
அணுகல் - நெருங்கக் கூடாது
அண்டம் - வானம்
அண்டி - நெருங்கி
அண்ணாவி - ஆசிரியர்
அந்தோ - அதோ
அனம் - அன்னம்
அன்னோன் - அத்தகையவன்
அபசாரம் - குற்றம்
அபாத்திரம் - தகுதியின்மை
அமர் - போர்
அமிசம் - கேடு
அமையம் - உரிய காலம்
அயரன்மின் - சோராதீர்
அயிர்ப்பு - ஐயம்
அரங்கு - உள்வீடு, சிறை
அரும்பொருள் - முயன்று பெற்ற பொருள்
அரைஞாண் - இடுப்புக் கயிறு
அறிவரிச் சுவடி - அகரச் சுவடி
அறைதல் - கூறுதல்
அலுத்து - களைத்து
அவம் - வீண்
அவாவி - விரும்பி
அளியன் - மைத்துனன்
ஆக்குப்புரை - சமையலறை
ஆண்மை - ஆளும் தன்மை
ஆதிபகவன் - கடவுள்
ஆறு - வழி
ஆழி - கடல்
இடர் - துயரம்
இடறல் - துன்பப்படல்
இட்டன் - நண்பன்
இடும்பை - துன்பம்
இதம் - நன்மை, மனவுறுதி
இதுகாறும் - இதுவரை
இதோபதேசம் - நல்லுரை
இன்னா - துன்பம்
இப்பம் - இப்போது
இயல் - முறை, உரை
இயல்பு - தன்மை
இயைந்து - பொருந்தி
இருநிதி - பெருந்தொகை
இருபுனல் - மழைநீரும், ஊற்று நீரும்
இருமுழுவாரம் - பதினைந்து நாட்கள்
இறந்த - நெறி கடந்த
இறுக்கும் - கட்டும், செலுத்தும்
இறை - வரி
இறைஞ்சுதல் - வணங்குதல்
இறையும் - கொஞ்சமும்
இலகு - எளிது
இளைத்தல் - சோர்தல்
இழுக்கம் - இழிந்த தன்மை
ஈட்டுதல் - சம்பாதித்தல்
ஈரிரு - நான்கு
ஈரெட்டெட்டு - நூற்று இருபத்தெட்டு
ஈரேழு - பதினான்கு
உதிதம் - உயர்வு, சரி
உண்முகம் - உள்ளத்தின் தன்மை
உதாரம் - பெருமை, மேம்பாடு
உத்தமம் - நன்மை
உத்தரவாதி - பொறுப்பாளி
உன்னுதல் - சிந்தித்தல்
உபாயம் -உத்தி, சூழ்ச்சி
உறல் - அடைதல்

உலைதல் - வீணாதல்
உலைத்தல் - கலைத்தல்
உள்ளுதல் - எண்ணுதல்
உழந்து - சுற்றித் திரிந்து
உவாத்தி - ஆசிரியர்
எண்சுவடி - கணக்கு நூல்
எத்து - வஞ்சகம்
எமக்கொணா - எம்மால் பொறுக்க இயலாத
எற்கு - எனக்கு
எழுது சட்டம் - ஓவியம்
ஏகன்பின் - வராதீர்
ஏகுதல் - செல்லுதல்
ஏங்குதல் - அச்சமடைதல்
ஏதம் - குற்றம்
ஏருள - பொலிவுள்ள
ஒண்ணிதி - பெருஞ்செல்வம்
ஒண்பொருள் - சிறந்த பொருள்
ஒன்றும் - பொருந்தும்
ஓட்டம் - தோல்வி
ஓர்மானம் - பிடிப்பு
ஓரீர் - இரண்டு
கக்குசு - கழிப்பறை
கசரத்து - உடற்பயிற்சி
கதி - வேகம்
கடிதில் - விரைவில்
கடூரம் - கடுமை
கடைவழி - தவறான செயல்
கதிர் - கதிரவன்
கணையாழி - மோதிரம்
கனன்று - சினம் கொண்டு
கனவரை - பெரிய மலை
கரந்து - ஒளிந்து
கருத்தனம் - கருத்துள்ளமை
கருமம் - வினைப்பயன்
கரை - எல்லை
கரைந்து - அழுது
கரைய - உருவழிய
கலாபம் - மயில்
கழறி - கூறி
கவலல் - வருந்துதல்
கவி - குரங்கு
காண்டல் - பார்த்தல்
கிழத்தன்மை - முதுமை
கிழவோன் - பெரியோன், உரியவன்
குணி - பண்பு
கன்றி - கறுத்து, சினந்து
குறுகுதல் - அணுகுதல்
குலு - மகிழ்ச்சி
குவலயம் - உலகம்
குவித்த மனம் - கூம்பிய உள்ளம்
கேண்மை - நட்பு
கேண்மோ - கேளாய்
கேப்பை - கேழ்வரகு
கைவல்லியம் - வீடுபேறு
கொளுவுதல் - அகப்பட வைத்தல்
கோடாக - அரணாக
கோறுதல் - கொல்லுதல்
கௌபீனம் - கோவணம்
சதா - அடிக்கடி
சதுரம் - அறிவுக் கூர்மை
சப்பாத்து - செருப்பு
சரதம் - உண்மை
சரிதை - வரலாறு
சரீரம் - உடல்
சாட்சியம் - சான்று
சாத்தன் - பேரன், தலைவன்
சாற்றுதல் - கூறுதல்
சால - மிகவும்
சிகை - முடி
சிட்சை - தண்டனை
சித்தம் - உள்ளம்
சித்தி - வெற்றி
சித்திரப்படுத்தல் - ஒழுங்கு செய்தல்

சிந்தை - அறிவு
சிரம் - தலை
சிறகு - உறுப்பு
சிறுமை - அற்பத்தனம்
சிறுவாரம் - ஏழு நாட்கள்
சிவணி - சேர்ந்து
சிலாக்கியம் - மதிப்பிடம்
சீ - சளி
சீலன் - ஒழுக்கவான், நல்லவன்
சுதேசியம் - உள்நாட்டுப் பொருட்களை உருவாக்கலும் பயன்படுத்தலும்
சுயம் - சொந்தம்
சுவர்க்கம் - துறக்கம்
செங்கை - கொடையளித்துச் சிவந்த கை
செத்தது - தோற்றது
சென்னி - நெற்றி
செப்பரும் - சொல்லுதற்கு அரிய
செப்பிடும் - சொல்லுக
செயிர் - குற்றம்
செய்ய - சிறந்த
செறிக்க - மிகுதியாக
செறிவு - அடக்குதல்
செவ்விதில் - நேர்மையுடன்
சொரூபம் - உருவம்
சௌரம் - சவரம், முகமழிப்பு
தகளி - பாத்திரம்
தகவு - தகுதி, முறை, உரிமை
தகுதி - அறிவு
தக்கார் - அறிஞர்
தண்டம் - ஒறுப்புத் தொகை
தண்டை - கால் அணிகலன்
தண்ணிய - மென்மையான
தண்மை - பொறுமை
தனம் - செல்வம்
தபோதனர் - துறவியர்
தம் - மூச்சு
தயாளம் - அன்பு
தராதலம் - உலகம்
தரிசித்தல் - காணல்
தரு - கற்பகத் தரு, மரம்
தருவித்து - வரவழைத்து
தர்க்கம் - வெட்டியும் ஒட்டியும் பேசல்
தற்சரிதம் - தன் வரலாறு
தவலரும் - நிலையான
தவாத - பிரியாது
தவாவினை - நற்செயல்
தாரணி - உலகம்
தாறுமாறு - முறைகேடு
தாலி இழத்தல் - துன்புறுதல்
தாளாண்மை - விடா முயற்சி
தாவா - வழக்கு
தாவு - பற்றுக்கோடு
திக்கற்ற - ஆதரவற்ற
திடன் - மனவுறுதி
திடம் - வலிமை
திட்டம் கட்டி - ஒழுங்கு செய்து
திண்மையர் - வலியவர்
திரு - செல்வம்
திருத்திய - பண்பட்ட
திறலோன் - வல்லவன்
தீம்பல - இனிய பல
தீவழி - சுரங்க வழி
துங்கம் - உயர்வு
துட்டர் - தீயவர்
துனி - சினம்
தும்பு - பனை நார்
துய்த்தல் - சுவைத்தல்
துரிசு - பிழை
துரர்த்தம் - தவறான கருத்து
துலா - ஏற்றம்
துவன்றிய - சேர்ந்த
தூக்க - தொங்கவிட
தூவினை - தூய செயல்

தெருள் - அறிவுத் தெளிவு
தெறுகளம் - போர்க்களம்
தெறுவாள் - போர்வாள்
தெள்ளிய - தெளிவான
தேட்டம் - விருப்பம்
தேவுலகு - தேவர் உலகு
தேஜஸ் - பொலிவு
தொடுத்தல் - தொடர்தல்
தொந்தரை - தொல்லை
தொன்மரம் - ஆலமரம்
தொல்லை - பழமை
நடக்கை - நன்னடத்தை
நடுவு - நடுவு நிலைமை, ஞாயம்
நட்டோர் - நண்பர்
நஷ்டி - இழப்பீடு
நண்ணார் - பகைவர்
நண்ணுதல் - அடைதல்
நண்பு - நட்பு
நந்தாது - ஒளி குலையாது
நன்னயம் - நல்விருப்பு
நன்னிதி - நற்பொருள்
நன்பதம் - நற்சொல்
நயப்பு - விருப்பம்
நயம் - இன்பம்
நற்கிருபை - தெய்வ அருள்
நலிதல் - வருந்துதல்
நல்குதல் - கொடுத்தல்
நல்லவை - சிறந்த அவை
நல்லவை - நன்மை தருபவை
நல்லியல் - நல்லுரை
நவிலுதல் - கூறுதல்
நவை - குற்றம்
நானிலம் - உலகம்
நாமம் - பெயர்
நாலாறு - இருபத்து நான்கு
நாழிகை - இருபத்து நான்கு நிமிடங்கள்

நிசிசிறை - இருள் சிறை
நிதமும் - நாளும்
நிந்தை - இகழ்ச்சி
நிபந்தனை - கட்டுப்பாடு
நியமம் - முறை
நிருபம் - கடிதம்
நுதலிய - விரும்பிய
நுவலுதல் - கூறுதல்
நெடுவாரம் - பதினைந்து நாட்கள்
நெருநல் - நேற்று
நெறி - பார்வை, வழி
நெறிக்க - நிரக்க
நெறியில் - வழியில்
நைதல் - வாடுதல்
நொடித்து - மாற்றி
பங்கம் - தோல்வி
பட்சம் - அன்பு
பட்டணப் பிரவேசம் - நகர் வலம்
பதம் - இனிமை
பன்னிய - நெருங்கிய
பயின்றேன் - கற்றேன்
பரனடி - இறைவன் திருவடி
பரம் - மேலான பொருள்
பருக்க - பெரிய
பற்றுள்ளம் - பொருள் மேல் விருப்பு
பழமை - பரம்பரை, பழஞ்செய்தி
பழைமை - நெடுநாள் நட்பு
பழையர் - நெடுநாள் பழகியோர்
பாகம் - நான்கு முழம்
பாக்கியம் - பேறு
பாண்டி - சிறுபிள்ளை விளையாட்டு
பான்மை - தன்மை
பாரிய - பரந்த

பின்கால் - பின் வாங்கல்
பின்பகல் - இரவு
பிரசுரித்தல் - வெளியிடுதல்
பிரம நிலை - ஞான நிலை
பிற்றை - பின் வரும்
புகலுதல் - கூறுதல்
புகைச்சல் - மன எரிச்சல்
புணர்ச்சி - நட்பு
புரத்தல் - பாதுகாத்தல்
புரை - தங்குமிடம்
புறம் - கோள் மூட்டல்
பூசல் - பேரொலி
பெட்பன - பெருமைக்குரியன
பெட்பு - அன்பு
பெருமிதம் - தருக்கு
பெரும்பொருள் - சிறப்புக்
குரியபொருள்
பெற்றிமை - தன்மை
பேச்சுறுதி - உறுதி மொழி
பேடியர் - அச்சமுற்றோர்
பேணுதல் - போற்றுதல்
பேதைமை - அறியாமை
பெட்பு - அழகு
பொன்றுதல் - சாதல்
பொறை - சுமை, துன்பம்
பொள்ளென - விரைவாக
மகார் - மக்கள்
மடி - சோம்பல்
மடிந்த - வீணான
மணி - உருத்திராக்கம்
மதம் - செருக்கு
மதி - மாதம்
மதுரம் - இனிமை
மனு - விண்ணப்பம்
மன்னி - நிலைத்து
மண்ணுதல் - தங்குதல்
மயக்கு - குழப்பம்
மயல் - விருப்பம்
மரு - குற்றம்
மருவி - சேர்ந்து
மறு - களங்கம்
மா - விலங்கு
மாட்சி - பெருமை
மாணிறை - மாண்பு கூடிய
மாண்டோர் - பெரியோர்
மாதுலன் - மாமன்
மாப்பிள்ளைமார் -முகமதியர்
மாயிரு - மிகப் பெரிய
மாயும் - ஒளி மழுங்கிய
மாய்கை - பொய்த்தோற்றம்
மிகுதி - செருக்கு, துன்பம்
மிடி - வறுமை
முகாந்திரம் - காரணம்
முன்னூல் - பழமையான நூல்
முறைமை - நல்வழி
மெய்யியல் -தத்துவம்
மெலிந்து - வருந்தி
மேனாள் - முன்னாள்
மேற்றிசை - மேற்குத் திசை
மேலோன் - மேலானவன்
மேவிய - அடைந்த
மை - மயக்கம்
மொய்ம்பு - வலிமை, பெரியது
மொளி - மூட்டுக்கணு
யாமம் - மூன்று மணி நேரம்
ராஜியக் கைதி - அரசியல்
சிறையாளி
வடு - குற்றம்
வன்கண் - கொடுமை
வண்மை - வலிமை, செல்வம்
வந்தனை - வணக்கம்
வனையரும் - செய்தற்கரிய
வன்கரி - உறுதியான சான்று
வன்புரை - கொடுஞ்செயல்
வன்பொறை - வலிமையான
பொறுமை

வரிச்சை - குறுக்குச் சட்டம்
வரிசை - மரியாதை
வருணம் - பிரிவு
வர்க்கம் - ஒன்றே
போல்வனவற்றின் தொகுப்பு
வலன் - வலிமை
வலார் - வல்லவர்
வலுநர் - வல்லுநர்
வல்லரவு - கொடிய பாம்பு
வல்லவை - வலிய அவை
வளைந்தனர் - சூழ்ந்தனர்
வழுத்தினன் - வாழ்த்தினன்
வாக்கு - உறுதிமொழி
வாடி - பெண் தோற்றம்
வான்கதிர் மதி - கதிரவன், நிலவு
வான் மன்னல் - இறத்தல்
வாய்ந்த - நன்கமைந்த
விசாரணை - ஆராய்ச்சி
விரவிய - பரவிய
விளம்புதல் - சொல்லுதல்
விளையுள் - விளைச்சல்
விள்ளுதல் - கூறுதல்
விழுமிய - சிறந்த
விழைதர - விருப்பமுடன்
விவேகபானு - அறிவுக் கதிரவன்
வெஞ்செயல் - கொடுஞ்செயல்
வெடி - துமுக்கி (துப்பாக்கி)
வெண்ணீறு - திருநீறு
வெண்மையர் - அறியார்
வெந்நா - தீய நாவு
வெம்புதல் - வாடுதல்
வெருளல் - திகைத்தல்
வேண்டி - விரும்பி
வேண்டிய - தேவையான

பெயர்ச் சொல்லடைவு

பார்வை நூல்கள்

1. வ.உ.சி. சுயசரிதை பதிப்பாசிரியர் வ.உ.சுப்பிரமணியம் முதற்பதிப்பு 2009. பாரி நிலையம்.
2. சுயசரிதை வ.உ.சி., முல்லை பதிப்பகம் 1946.
3. வ.உ.சி. ஒரு பன்முகப் பார்வை எஸ்.கண்ணன். உலகத் தமிழாராய்ச்சி நிறுவனம். 2005.
4. கப்பலோட்டிய தமிழன் வ.உ.சிதம்பரம், என்.வி. கலைமணி, சாந்தி நிலையம். 2001.
5. வ.உ.சி. முற்போக்கு இயக்கங்களின் முன்னோடி, பேராசிரியர் நா. வானமாமலை மக்கள் வெளியீடு. 1999.
6. கப்பலோட்டிய தமிழர் வ.உ.சிதம்பரனார், ஏ.கே. கேஷய்யா, தமிழ்ச்சோலை பதிப்பகம்.
7. வ.உ.சியின் சிறை வாழ்க்கை, குருசாமி மயில்வாகனன். இந்து தமிழ் திசை 4.9.2020.
8. ஏர். இதழ். இரெங்கையா முருகன் 3, மே. 2019.
9. கப்பலோட்டிய தமிழன் வ.உ.சி., மு.கோபி சாபோஜி விகடன் பிரசுரம் நாம். 2010.
10. விடுதலை வீரர் வ.உ. சிதம்பரனார்., சி.பி. சக்கரவர்த்தி மலையரசி பதிப்பகம். 2008.
11. கப்பலோட்டிய தமிழர், ம.பொ.சிவஞானம், இன்பநிலையம், 1956.
12. நான் கண்ட வ.உ.சி., கி.ஆ.பெ. விசுவநாதம்.
13. வ.உ.சி.யின் சிவஞான போத உரை, ஆ. இரா. வேங்கடாசலபதி வ.உ.சி. சமூக அறிவியல் நிறுவனம், 1900.
14. மெய்யறிவு, வ.உ.சி. பாரிநிலையம். 1992.
15. தமிழ்நாட்டு விளையாட்டுகள், ஞா.தேவநேய பாவாணர். தமிழன் பதிப்பகம். 2000.
16. V.O. Chidambarm Pillai. R.A. Padmanahaban. National Book Trust 1977.
17. வள்ளியம்மை சரித்திரம். சி. முத்துசாமிபிள்ளை. இந்தியா பிரிண்டிங் ஒர்க்சு. 1977.

படங்கள்

கோவை சிறையில் வ.உ.சி. இழுத்த செக்கு இது தான்.

சிறையில் இருந்தபோது வ.உ.சி.

வ.உ.சி
சிறைக்கு முன்னிருந்த
கம்பீரம்

வ.உ.சி
சிறைக்குப் பின்
வெறுமை

வ.உ.சி., தன் மனைவியுடன்...

பரலி சு. நெல்லையப்பர்

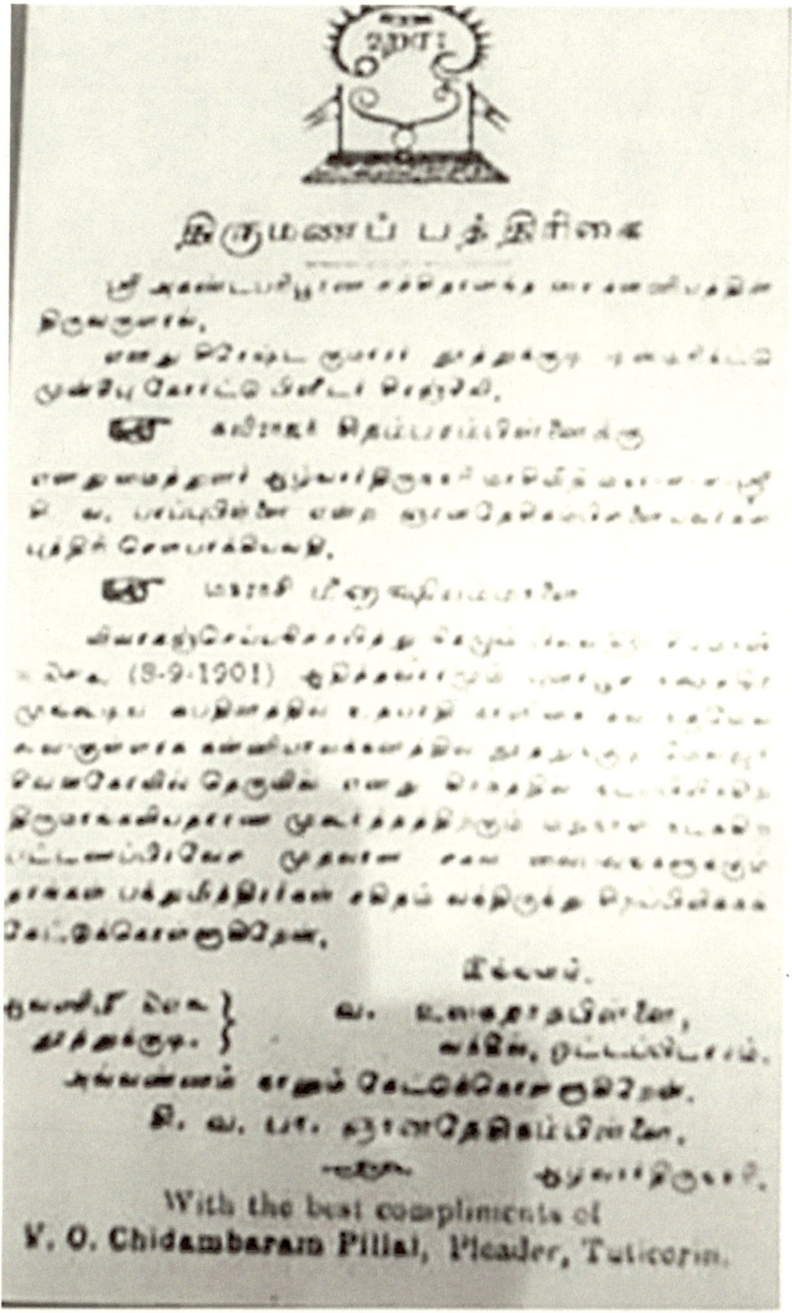
திருமணப் பத்திரிகை

(3-9-1901)

With the best compliments of
V. O. Chidambaram Pillai, Pleader, Tuticorin.

www.ingramcontent.com/pod-product-compliance
Lightning Source LLC
LaVergne TN
LVHW100310051026
849517LV00006B/2241

* 9 7 8 9 3 9 5 7 7 6 1 2 7 *